కల్పతరువు

నవల

రచన

సురేఖ పులి

All rights reserved.

No part of this publication may be reproduced, stored in or introduced into a retrieval system, or transmitted, in any form by any means may it be electronically, mechanical, optical, chemical, manual, photocopying, or recording without prior written permission of the Publisher/ Author.

కల్పతరువు

నవల

Kalpatharuvu

Author: **Surekha Puli**
Ph: +91-7702265542

Copy Right: Surekha Puli
ISBN (Paperback): 978-81-974475-7-0

First Edition: Feb, 2025

Published By: Kasturi Vijayam
Print On Demand
Ph: 0091-9515054998
Email: Kasturivijayam@gmail.com

Book Available
@
Amazon (WorldWide), flipkart

కల్పతరువు (నవల)

నా మాటగా మీ ముందు

శ్రీ అర్జున్ రావు శ్రీమతి లక్ష్మి

మాటలను మాటలుగా కాకుండా కథలుగా చెప్తే ఆసక్తికరంగా వుంటుంది. చిన్నప్పుడు స్కూల్ విషయాలు వివరించి, విశ్లేషించి చెప్పే నా ముద్దు మాటలు విని మా అమ్మానాన్నలు నన్ను మెచ్చుకుంటూనే, సరిదిద్ది రూపకల్పన చేయించేవారు. అధనంగా తెలుగు కథల పుస్తకాలు చదివించే వారు. హైస్కూల్లో అడుగు పెట్టనేలేదు, వేసవి సెలవుల్లో చిన్న అంశం ఎన్నుకొని నా చేత కథలు రాయించి అక్షర, వ్యాకరణ దోషాలు సరిదిద్ది ఇచ్చిన శిక్షణ మూలంగా గజిబిజిగా నా చుట్టూ వున్న వాస్తవ భావనల రూపమే నా రచనలు, కొన్ని కథలకు బహుమతులు అందుకున్నాను.

కథలు, కథానికలు, వ్యాసాలు రాయటం వరకే పరిమితి అయి, వ్యక్తిగత కారణాల వల్ల కొంత కాలం రాయలేక పోయాను.

మనతెలుగుకథలు వారి ద్వార "కల్పతరువు" నా మొదటి నవల, డిసెంబర్ 2023లో ప్రచురితమై ఉగాది పోటీలో నెగ్గింది. నా నమ్మకానికి మరింత బలం చేకూరింది.

స్త్రీ అంటే ఆదిశక్తి, భద్రకాళి అనే ప్రతిబింబాలు పాతబడ్డాయి. ఇప్పటి స్త్రీ సర్వతోముఖప్రజ్ఞురాలు. ఎన్ని అడుగులు వెనక్కి లాగినా ద్విగుణీకృతడుగులతో స్పందిస్తుంది. నియంత్రణతో ఒడుదుడుకులను ఓపిగ్గా ఒడ్డు చేరుకునే ప్రజ్వలిత.

అమ్మానాన్నలకు శ్రద్ధాభక్తితో చిరు జ్ఞాపిక.

ప్రేమతో..

మీ పాప

(సురేఖ పులి)

కల్పతరువు (నవల)

కల్పతరువు

సత్యప్రకాష్ చెల్లెలు సత్యలీలకు తోడుగా రాజధాని ఎక్స్ ప్రెస్ టూటైర్ ఎసిలో వెళ్తున్నాడు. ఇద్దరి మనసులు బరువుగా ఉన్నాయి. సత్యలీల ప్రైవేట్ సంస్థలో సాఫ్ట్ వేర్ ప్రోగ్రామర్ గా చండీగఢ్‌లో ఉద్యోగం సంపాదించుకుంది. ట్రైన్ కదిలింది.

అల్లారు ముద్దుగా చూసుకున్న చెల్లెలికి డి. ఎస్.పి. విశ్వంతో ఘనంగా పెళ్లి చేసి హానీమూన్ కి పంపించాడు లాయర్ సత్యప్రకాష్. చల్లటి ఊళ్లన్ని వెచ్చ వెచ్చగా తిరిగి వచ్చిన జంట అన్యోనంగా కాపురం చేసుకుంటున్నారు.

ఎన్ని మార్లు అందమయిన ప్రకృతి ఫోటోలు చూసినా తృప్తి తీరటము లేదు.

భర్తతో కోరిక వెల్లడించింది "నాకు హిమాచల్ ప్రదేశ్ చాలా నచ్చింది. స్వచ్ఛమయిన గాలి, మంచుతో కప్పబడిన పచ్చటి కొండలు... ఏమో నాకు వర్ణించటము రాదు, కానీ మళ్ళీ చూడాలని వుంది."

భార్య ప్రక్కనే కూర్చుంటూ ఆల్బమ్ తిరగేస్తూ "మళ్ళీ హానీమూన్ వెళ్లాలని వుందా?! అంటే రోజూ ఇంట్లో జరిగే హానీమూన్ తో సరిపెట్టుకోలేక పోతున్నావన్నమాట" భార్యను చేతుల్లోకి తీసుకుంటూ కొంటెగా అన్నాడు విశ్వం.

చిరునవ్వు నవ్వి "నేను ప్రకృతి అందాల గురించి చెబుతుంటే, మీరు వేరే అర్థాలు తీస్తునారు."

"నా ప్రకృతి... నా భార్య! కనుక నాకు వేరే ఎక్కడికో పోయి అందాలు చూసే ఆనందం కంటే ఎల్లప్పుడూ నాతోనే వుంటున్న నా ఇల్లాలు చాలు."

"ఒకే, మీ మాట సరే, కానీ నిజంగానే మరోసారి కులుమనాలి, కుర్ఫీ, సిమ్లా, ఒకటేమిటి హిమాచల్ ప్రదేశ్ మొత్తం చూడాలని వుంది. మీకు వీలయితే అక్కడికి ట్రాన్సఫర్ చేయించుకోండి."

"నా భార్య గర్భవతి, ఆమె కోరిక మేరకు ఫలానా చోటుకు ట్రాన్సఫర్ చేయండి, అంటే ఎవ్వరూ వినరు మేడమ్! నాలాంటి జూనియర్లను జల్సా చేసుకోమని మన కోరిక మన్నించరు." డి. ఎస్.పి. గారి స్టేట్మెంట్ విన్నది సత్యలీల.

ఏమనుకొని ట్రాన్సఫర్ గురించి అనుకున్నారో గాని మూడు నెలల్లోనే నల్గొండకు ట్రాన్సఫర్ అయి, ఆరు నెలల్లోనే నక్సలైట్ల బాంబుల కాల్పులలో మరణించాడు.

చదువు, ఉద్యోగం, ఆస్తి, అందమయిన భార్య కల్గిన విశ్వం జీవితానికి ఆయువు కొరత ఏర్పడ్డది. హృదయవిదారకంగా రోదించిన సత్యలీలకు భర్త చనిపోయిన రెండో రోజుకే గర్భం పోయింది.

భర్త పాత్రకు ముగ్ధురాలయిన భార్యకు మౌనం ఒక్కటే మార్గంగా తోచింది. సుఖవంతమైన సంసారంలో అన్నీ దెబ్బలే!

కన్నుల్లో కళ లేదు. ముఖంలో తేజస్సు లేదు. సత్యలీల పరిస్థితి చూడలేక అన్నావదినలు మళ్ళీ పెళ్లి చేయతలచారు.

"విశ్వంను మర్చిపోలేను, మరో మనిషిని భర్తగా నా జీవితంలో ఒప్పుకోను" ఎంత చెప్పినా చెల్లెలు ఒప్పుకోలేదు.

"నీకు యింకా ఎంతో జీవితం వుంది. పెళ్ళయి ఏడాది నిండలేదు. ఆస్తి వుంది. పిల్లలు లేరు, భవిష్యత్తులో నీకు తోడు అవసరం." అభిప్రాయం వెల్లడించాడు.

"నేను బావుండలి అంటే నన్నిలా వదిలెయ్యండి."

"కాలక్షేపానికి ఏదైనా నిర్వాకం మొదలుపెట్టు చెల్లెమ్మా."

"కంప్యూటర్ ప్రోగ్రామర్ పోస్టులకు అప్లై చేశాను, ఉద్యోగం రాగానే జాయిన్ అవుతాను." సత్యలీల చెప్పింది. చెల్లెలి దుఃఖానికి అన్న మనసు కుంచించుకు పోతున్నది.

ఆర్ధిక యిబ్బంది లేకున్నా, సత్యలీల తనకున్న కంప్యూటరు డిగ్రీతో తాను ఇష్టపడే హిమాచల్ ప్రదేశ్ కి ప్రక్కనే వున్న హర్యానా రాజధాని చండీగఢ్‌లో పేరుగాంచిన ప్రైవేట్ కంప్యూటరు సంస్థలో సాఫ్ట్ వేర్ ప్రోగ్రామర్ ఉద్యోగం సంపాదించుకొన్నది.

ఇది కేవలం టైమ్ పాస్ కే అని తెల్సినా, చెల్లెలిని దిగపెట్టి అన్ని బాగోగులు చూడ్డానికి తోడుగా వెళ్తున్నాడు లాయర్ సత్యప్రకాష్.

***

ఊహ తెలిసినప్పటి నుండి ప్రజ్ఞా పృథ్వీధర్ లు స్వయానా బావామరదళ్లు అయినందుకు కాబోలు ఇరువురి తల్లిదండ్రులు ఇద్దరి మనసులో భార్యాభర్తలన్న బీజాన్ని నాటారు. ఆ భావన తోనే పెరుగుతూ ప్రజ్ఞ తానొక రాధ, పృథ్వి మాధవుడు అనే ముద్ర మనసుల్లో నాటుకుంది.

ప్రియమైన బావకు, నువ్వు వీలైనంత త్వరగా ఇంటికి రావాలి. నీకో తీయటి మాట చెప్పాలి. ఉత్తరంలో చెప్పలేను, వస్తావుగా. ఇట్లు, నీ ప్రజ్ఞ.

ప్రజ్ఞ వుత్తరాన్ని ఆజ్ఞగా పాటించి రెక్కలు కట్టుకొని అమాంతం రాలేదు. పృథ్విధర్ తన వీలు చూసుకొని వూరికి వచ్చాడు.

బక్కపలచగా చిన్న పిల్లలా వుండే ప్రజ్ఞ, రెండేళ్లలో బాగా రంగొచ్చి, ఒళ్ళు చేసి పొష్టిగా వుంది. పృథ్విధర్ని చూడగానే ముగ్ధ అయింది.

"తీయటి మాట అన్నావు, నన్ను చూడగానే చప్పబడి పోయావా? వచ్చి రెండు రోజులైంది ఏది చెప్పవేం."

ఎంతో సిగ్గు పడుతూ చెప్పాలని ప్రయత్నిస్తూ వుంది. పృథ్వీ బావ తన కాబోయే భర్త! త్వరలోనే పెళ్ళి, పెద్దలు మాట్లాడుకున్నారు. ఈ అమూల్యమైన ముచ్చట విన్నవించాలంటే ఏదో తడబాటు!

ప్రజ్ఞ సిగ్గు, బిడియం చూసిన పృథ్వీకు థ్రిల్లింగ్ గా వుంది. పెద్దల అనుమతి పొంది ఒక చల్లటి సాయంత్రం వేళ ప్రజ్ఞను తీసుకొని బయటికి వచ్చాడు.

ఒక వైపు గాలితో సమంగా వూగుతూన్న పచ్చని పొలాలు, మధ్యన కాలువ, ఇటుకేసి మామిడి తోట, చెట్టు నిండా భారంగా వేలాడుతున్న మామిడి కాయలు.

సూర్యాస్తమయం. కాషాయ రంగుతో నిండిన వాతావరణం. తోటలో ఓ వైపు కూర్చుంటూ "ఇప్పుడు చెప్పు, నీ మాటలతో నేనే కాదు, ఈ పుల్లటి మామిడికాయలు కూడా తీయని పండ్లు అయిపోవాలి."

ప్రశాంత వాతావరణానికి తోడైన ఏకాంతం. ప్రజ్ఞలో ధైర్యం వచ్చింది. బావ కళ్ళలోకి చూస్తూ భవిష్యత్తుని వూహిస్తు ఇబ్బంది పడుతూ పెళ్లి కబురు చెప్పింది. పృథ్వి పకపకా నవ్వాడు. క్షణం బిత్తరపోయి చేసేది లేక తాను నవ్వింది.

"ప్రజ్ఞా, చాలా థాంక్స్. నాతో ఈ మాట చెప్పడానికి యింత బిడియ పడ్డావెందుకు?" మెత్తని చేతిని అందుకొని అన్నాడు.

"నేను ఇంకా చదువుకోవాలి. మా నాన్నకు నన్నొక సైంటిస్టు గా చూడాలని కోరిక. మరి నువ్వేం అంటావు?"

పెళ్లికి ముందే పురుషోత్తముడు కాబోయే భార్య సంప్రదింపుకు, సలహాకు విలువ ఇస్తున్నాడు, ఎంతటి మహానుభావుడు! సరేనని తల వూపింది.

ఇంట్లో పెద్దలకు చెప్పి కొన్ని సార్లు, చెప్పక కొన్ని సార్లు పొలం వైపు తోటలో కలుసుకోవటం, ప్రకృతిలోని అందాలను జీవితంలో అన్వయించుకోవడం, కలల జగత్తులో మైమర్చి పోయేవారు ప్రేమికులు, కాబోయే దంపతులు.

***

"ప్రజ్ఞా, ఈ రోజు ప్రకృతి అందాలు కాదు, నీకు వేరే అందాలు చూపిస్తాను."

"అంటే"

"అదొక ఫాంటసీ, థ్రిల్లింగ్!"

మందంగా వున్న ఒక మాగ్జైన్ తెరిచాడు. పేజీ తరువాత పేజీ తీస్తున్నాడు. అన్ని పేజీల్లోనూ స్త్రీ పురుషుల నగ్న శృంగార భంగిమల చిత్రాలు. ప్రజ్ఞకు గుండె దడ హెచ్చింది. పుస్తకం మూసి అన్నాడు.

"ఎలా వుంది?"

ఏం చెప్పాలి? నచ్చిన ప్రియుడితో బాగుందని చెప్పాలా? కాబోయే భర్తతో బాగాలేదని చెప్పాలా? మౌనంగా తలదించుకుంది.

తల ఎత్తి ముద్దు పెట్టుకొని, "ప్రజ్ఞా, హాలిడేస్ అయిపోతున్నాయి. నేను సిటీ వెళ్ళి చదువులో నిమగ్నం అవుతాను. మన ప్రేమకు నిదర్శనంగా ఈ పుస్తకంలో వున్నట్టు మనం కూడా ..."

"వద్దు, నాకు భయం."

సురేఖ పులి

"భయం ఎందుకు? రేపు మా అమ్మ మీ ఇంటికి పచ్చళ్లు పెట్టేందుకు వస్తుంది, మా ఇంట్లో ఎవ్వరూ వుండరు. ఐనా కాబోయే భార్యాభర్తలం మనకేంటి భయాలు, హద్దులు?"

ప్రజ్ఞ కుదురుగా కూర్చున్నా కాళ్ళు చేతులు వణుకు తున్నాయి. తలలో ఏదో తిమ్మిరిగా వుంది. ఎప్పుడు లేని ఈ కొత్త శారీరక చిత్రమేంటి?

పృథ్వీ బ్రతిమాలాడు. "తీయటి మాట చెప్పావు, నేను తీయటి కార్యాన్ని పంచుకోవాలని..." దీనంగా అడుక్కుంటున్న ముఖం; ఎర్ర జీరలేర్పడిన అతని కళ్ళు; పుస్తకంలో కొత్తగా మొదటి సారి చూసిన నగ్న శృంగార భంగిమల చిత్రాలు తాలూకు ఏర్పడిన తొందర 'సరే' అనిపించాయి ప్రజ్ఞతో.

***

ఉదయం రాజధాని ఎక్స్ప్రెస్ హజరత్ నిజాముద్దీన్ రైల్వే స్టేషన్లో అలసి ఆగిపోయింది. నరాలు బిగుసుకుంటున్న చలి! పొగమంచుతో వాతావరణం మందంగా వుంది. టీ తీసుకున్నారు. లోకల్ ట్రైన్లో న్యూఢిల్లీ వరకు వచ్చారు. భారత దేశ రాజధాని క్రిక్కిరిసిన హడావిడి... ఏమిటోగా వుంది.

చండీగఢ్ శతాబ్ది చైర్ కార్లో కూర్చున్నాక కాస్త మనసు కుదురుగా అనిపించింది, సత్యప్రకాష్ కి. నిర్ధారించిన సమయానికే రైలు కదిలింది. శతాబ్దిలో ప్రయాణం చాలా సౌకర్యముగా వున్నది.

ప్రజలు తొంభై శాతం బలమైన అంగ సౌష్టంతో మంచి రంగు కలిగి వున్నారు. రైతులకు మద్దతు ఇచ్చే సారవంతమయిన నేల, నీటి సమృద్ధి. స్వచ్ఛమయిన వాతావరణం. తను కోరుకున్న ప్రకృతి అందాలు మళ్ళీ

కనబడుతున్నాయి. కానీ భర్త తోడుగా లేనందుకు నిరాశగా, బాధగా వుంది. మూడు గంటల ప్రయాణం తరువాత దిగాల్సిన స్టేషన్ వచ్చింది.

లాయర్ సత్యప్రకాష్ కొలీగ్ లాయర్ సర్దార్ శరణ్ జీత్ రిసీవ్ చేసుకున్నాడు. అతని కార్లో వాళ్ళ ఇంటికి వెళ్లారు.

శరణ్ జీత్ గారి ఇంట్లో పంజాబీ భోజనం చేశారు. తరువాత తెలిసింది, సత్యలీలను పేయింగ్ గెస్ట్ గా, అన్న చేసిన ఏర్పాట్లు. చెల్లెలు ఒప్పుకోలేదు. "అన్నా, నేను ఒక్కదాన్నే రూమ్ తీసుకొని, నా వంట నేనే వండుకొని ఆఫీసుకు వెళతాను. నా జీవితాన్ని పూర్తిగా ఏదో వ్యాపకాలతో బిజీ చేసుకోవాలనుకుంటే, నువ్వేంటి మీ ఫ్రెండ్ ఇంట్లో పేయింగ్ గెస్ట్ గా వుండమంటున్నావు?"

"నీకు తెలియదమ్మా! ఇది మన వూరు కాదు, మన భాష కాదు. నీ సేఫ్టీ కోసం నేను ఈ నిర్ణయం తీసుకున్నాను".

"అన్ని తెలిసే వచ్చాను కదా, నేనొక్కదాన్నే వేరేగా ఉండాలి. నీ తృప్తి కోసం శరణ్ జీత్ గారిని అప్పుడప్పుడు పరామర్శించమను. అంతేగానీ పేయింగ్ గెస్ట్ గా ఐ డోంట్ లైక్" ముక్కుసూటిగా అయిష్టాన్ని బయటపెట్టింది.

ఎప్పుడూ అన్నయ్య చెబితే చెల్లెలు వినేది, కానీ విశ్వం మరణించిన తరువాత చెల్లెలు మాటకే ప్రాధాన్యత హెచ్చింది.

పెద్ద బంగాళా, కుడి వైపు ఫస్ట్ ఫ్లోర్ లో వన్ రూమ్ సెట్ అంటే వన్ బిహెచ్ కే వుడ్ వర్క్ చేసి నీట్ గా వున్న కబోర్డ్స్. మరో వైపు పోర్షన్ వుడ్ వర్క్ లేకుండా కబోర్డ్స్, చిన్న ఫ్యామిలీ వున్నారు. క్రింద పోర్షన్లో ఓనర్స్. కుడి వైపున వున్న ఖాళీ పోర్షన్ రెంట్కు తీసుకున్నారు. సత్యలీలకు గ్యాస్తో పాటు ఇంట్లోకి కావాల్సిన సామానులు అన్ని కొని తెచ్చాడు సత్యప్రకాష్.

వదిన జగదాంబ కోసం మెత్తటి, వెచ్చటి పష్మిన్ శాలువ గిఫ్ట్ పంపింది.

బ్యాచ్స్ గా వచ్చే వివిధ కోర్సుల ద్వారా కంప్యూటర్ శిక్షణ ఇవ్వటముతో ప్రతిరోజూ ఆఫీసు బిజీ లైఫ్ అలవాటై పోయింది. ఎవరి కోసం ఆగని కాలంతో పాటు మనుషులు వేగం పెంచుతున్నారు, కాలంతో పోటీ!

ప్రక్క పోర్షన్లో వున్న అచలాదేవికి, సత్యలీలకు బట్టలు ఆరేసుకునే స్థలం ఒకటే.

కాశ్మీర్ కన్యలలో వుండే నాజూకైన అందంతో ముద్దుగా వుంది అచల. పాప, బాబు చిన్న ఫ్యామిలీ. చూడ ముచ్చటగా వున్నారు. అచల ఎలక్ట్రిక్ కుట్టు మిషన్ సాయంతో రెండు గంటల్లో షల్వార్ కమీజ్ కుట్టేస్తుంది. నాలుగు గంటల్లో పెద్దసైజ్ స్వెటర్ అల్లుతుంది. ఎప్పుడూ సంతోషంగా చురుగ్గా వుండే అచల పనిలో ఎంతో నాణ్యత, ప్రవర్తనలో నమ్రతతో కనబడుతుంది.

హర్యాన్వి కలిసిన హిందీలో అచలాదేవి సత్యలీల స్వవిషయాలు అడిగి తెలుసుకుంది. క్లుప్తంగా జవాబు చెప్పింది.

"పిల్లలు లేరు కదా, మళ్ళీ పెళ్లి ఎందుకు చేసుకోలేదు? పైగా చదువు, వుద్యోగం కూడా వున్నాయి." అచలాదేవి ప్రశ్న.

ఉర్దూ కలిసిన హిందీలో జవాబు చెప్పింది సత్యలీల. "మా వారు నాకు ఆత్మబంధువు. శారీరకంగా ఆయన లేరు కానీ మానసికంగా మావారు నా వెంటే వున్నారు, సదా వుంటారు. ఇక పిల్లలు.. నాకు పిల్లల లోటు లేదు. అనాథ పిల్లలు మన దేశంలో ఎందరో వున్నారు. ఎవరో ఒకర్ని పెంచుకుంటే సరి."

అంతటితో తృప్తి చెందక అచల మళ్ళీ ప్రశ్నించింది. "మరి మీ పునర్వివాహం గురించి మీ అత్తగారు వాళ్ళ తరపు బంధువులు ఏమీ అనలేదా?"

"నేను బాల్య వితంతువును కాదు, నాలో పరిపక్వం ఏర్పడిన తర్వాత నా యిష్టం మేరకు నా పెళ్లి జరిగింది. నాకంటూ ఒక వ్యక్తిత్వము వుంది. మా అత్తగారు కొడుకు పోయిన దుఃఖంలో వున్నారు."

"మరి మీ వారి ఆస్తి గాని, ఉద్యోగం గాని మీకు రాలేదా?"

"నాకు పోలీస్ డిపార్ట్మెంట్ జాబ్స్ నచ్చవు. ఉద్యోగం నేను ట్రై చేయలేదు. మా వారి వాటా ఆస్తిని, మా అత్తగారు నా పేరిట రిజిస్టర్ చేసేశారు. చేతికి వచ్చిన కొడుకు, ఎంతో ధైర్యం యిచ్చే మనిషి లేకపోయే సరికి వాళ్ళ ఇంట్లో అంతా మరింత ప్రేమ, జాలి చూపిస్తున్నారే తప్ప ఎవ్వరికీ వేరే ఆలోచనలు లేవు." చెబుతూ సీరియస్ అయింది సత్యలీల.

అచల ఒక్కసారిగా భోరుమని ఏడ్చింది.

"ఏమిటి? ఎందుకిలా ఏడుస్తున్నావు?

సారీ, నా గతం చెప్పి నేనే బాధ వ్యక్తం చేయలేదు, నువ్వెందుకు ఏడుస్తున్నావు?" సత్యలీల గాబరా పడ్డది.

వెంటనే జవాబు చెప్పలేదు. కొద్ది సేపు వెక్కివెక్కి ఏడుస్తు, కన్నీళ్ళ ధార నిలిచిన తర్వాత అచల చన్నీళ్లతో ముఖం కడుక్కొని తన గూర్చి చెప్పడం మొదలు పెట్టింది.

"వద్దు, ఏమి చెప్పొద్దు, ముందు ఈ వేడి కాఫీ తాగు. నీ మనసు పూర్తిగా నెమ్మది అయినప్పుడు వింటాను." కాస్సేపటికి పాప "మాజీ" అంటూ రావడంతో విషయం సశేషంగా మిగిలింది.

***

ఎప్పుడూ వుల్లాసంగా, చలాకీగా వుండే కూతురు ముభావంగా, మౌనంగా వుంది. మామిడి కాయలు లెక్కబెడుతున్న ప్రమీలకు అనుమానం వచ్చి నిలదీసింది,

బుజ్జగించింది. ప్రేమగా దగ్గరకు తీసుకొని ప్రాధేయపడ్డది. జంకుతూ, నానుస్తూ అసలు విషయం తల్లితో చెప్పింది.

పిల్లలు తల్లిదండ్రులతో అన్ని విషయాలను చర్చిస్తే రాబోయే జీవితంలో మోసపోయే అవకాశాలు తక్కువ అని అమ్మ ఎన్నో మార్లు చెప్పిన శాసనాన్ని అమలు పర్చింది.

"నా మాటకు విలువ ఇచ్చి నాతో సంప్రదిస్తున్న నా కూతురు మంచి అమ్మాయి. ఆ పుస్తకంలో చూసిన దృశ్యాలు పెళ్లి తరువాత సంఘటనలు. అప్పుడు అది సహజం కానీ పెళ్లికి ముందు, ఎంత కాబోయే జంట అయినా అట్లాంటి చర్యలు తప్పు. బావే కదా, ప్రియుడే కదా అని కాబోయే జీవన తోడు మాటలు నిజ జీవతంలో చాలా చేదుగా, అశ్లీలంగా వుంటుంది. వద్దు, రేపు నువ్వు వెళ్లొద్దు. అసలు పెళ్లి జరిగే వరకు బావని కలవకు. కాదని నిన్ను నస పెడితే, మా సమక్షంలోనే కలవాలని, సున్నితంగా పృధ్వితో చెప్పేసెయ్, నీ వల్ల కాకపోతే నేను గానీ, నాన్నగానీ చెబుతాములే."

"నువ్వు వద్దమ్మా, బావ వేరేలాగా అనుకుంటాడు, నేనే చెప్తాను. కానీ అమ్మా, ఈ విషయాన్ని మన మధ్యలోనే వుంచు."

"అట్లాగే, ప్రజ్ఞా! నువ్వు కూడా మూడు ముళ్లు పడే వరకు ఏ విధమైన బలహీనతలకు లొంగరాదు."

తల్లీ కూతుళ్ళిద్దరూ వాగ్దానాలు యిచ్చి పుచ్చుకున్నారు. కూతురు వాగ్దానాన్ని నిలబెట్టినది, కానీ తల్లి ఆగలేక తండ్రితో చెప్పి పెళ్లికి తొందర చేయమంది.

మన సంఘంలోని సామాజిక వ్యవస్థ యుక్త వయస్సులో స్త్రీ పురుషునికి వివాహం పేరిట ఒక పవిత్రమైన బంధాన్ని ఆవిష్కరించి, వారి కోర్కెలకు న్యాయం

చేసి మనిషిని మంచి బాటలో నడిపిస్తుంది. ఇదే కుటుంబ వ్యవస్థకు నాంది. దినచర్యలో భాగంగా ఒకరికొకరు చేయుతగా, పరస్పర అంకిత భావనతో జీవిస్తారు.

ఎప్పుడూ హాస్యంగా అనుకుని, సరదా పడే సంబంధం, ఆచరణాత్మక రూపం మలుపు తిరిగే సమయానికి పృథ్విధర్ విముఖత వెల్లడైంది.

"నాన్నా, మీ మాట ప్రకారం నేను బాగా చదివి సైంటిస్టు కావాలి. అంతవరకు నాకు పెళ్లి వద్దు. అలాగని ప్రజ్ఞ పెళ్లి నా కోసం ఆపొద్దు.

మెట్రిక్ చదివిన అమ్మాయికి, గ్రాడ్యుయేట్ అబ్బాయికి ముడి పెడితే నేను జీవితమంతా నారో మైండెడ్ పిల్లతో బ్రతకలేను. నాతో సరితూగే ఎడ్యుకేటెడ్, బ్రాడ్ మైండెడ్ అమ్మాయి కావాలి."

"మేనరికమయినా వీళ్ళు మనం అడిగిన లాంఛనాలన్నీ ఇస్తున్నారు. అన్నీ బాగానే వున్నాయి కదరా, కొత్తగా ఈ పిచ్చి మాటలేంటి?" నాన్న ప్రశ్న.

అమ్మ "ఎవరినైనా ప్రేమించావా?"

మరొకసారి నిక్కచ్చిగా పృథ్విధర్ తన అసమ్మతిని నొక్కి వక్కాణించాడు.

వెంకట్రావు స్వంత చెల్లెలు ప్రమీల. మేనగోడలినే ఇంటి కోడలిగా తీర్మానించుకున్నారు. పెళ్ళికి కావలసిన కొన్ని నగలు కూడా ముందుగానే ఏర్పాటు చేశారు.

ఏ ముఖం అడ్డు పెట్టుకొని సంబంధం వద్దని చెప్పాలి. రాకపోకలు మానేశారు.

సౌభాగ్య వెంకట్రావులకు కొంత కాలం పట్టింది. ప్రమీలా నారాయణ వచ్చినా ఎడ మొహం పెడ మొహం!

సౌభాగ్యను ప్రమీల నిలదీసింది.

సురేఖ పులి

"వదినా, పృథ్వి చదువుకు యింకా సమయం పడుతుంది. మీరు వేరే సంబంధం చూసుకోండి."

"అసలు విషయం చెప్పండి వదినా, పృథ్వి చదువు పూర్తి అయిన తరువాతనే పెళ్లి.

కానీ వేరే సంబంధం మాట వినటానికి చాలా ఇబ్బందిగా వున్నది."

డ్రాయింగ్ రూంలో కూర్చున్న నారాయణ కూడా వెంకట్రావు మాటలకు అవాక్కయి ఆడవాళ్ళు వున్న హాల్లోకి వచ్చాడు.

నలుగురి మధ్య ఎంతో సేపు తర్జన భర్జన జరిగినా, ఒకటే నిర్ణయం "మీ ప్రజ్ఞ, మా పృథ్విల పెళ్లి కుదరదు."

"బలమైన ఒక్క కారణం చెప్పండి" ప్రాధేయ పడుతున్నాడు అమ్మాయి తండ్రి.

"పల్లెటూరి పిల్ల, చదువు... మెట్రిక్ మాత్రమే. పృథ్వీకు పట్టణంలోని చదువుకున్న అమ్మాయి కావాలట."

"దానిదేముంది ప్రజ్ఞను కూడా మీరు కోరినట్లే చదివిద్దాము."

"అసలు ప్రజ్ఞ వద్దు అన్నాడు."

"కట్న కానుకలు పెంచాలా?"

"అదేం లేదు, మాకు ఈ సంబంధం వద్దు."

ఇంత ఖరాఖండిగా తేల్చిన తరువాత ప్రమీలా దంపతులు అక్కడ నిలువలేక పోయారు.

"అత్తా మామా ఏమన్నారు నాన్నా?" ఆతృత పట్టలేక అడిగింది ప్రజ్ఞ.

“పృథ్వీని మరిచి పోతే మంచింది. మనల్ని వేరే సంబంధం చూసుకోమన్నారు.” బాధను గొంతులో అదిమి పెట్టి అన్నాడు తండ్రి.

“బంగారం విలువ వాళ్ళకేం తెలుసు... కంచు మ్రోగినట్టు కనకంబు మ్రోగునా...” తల్లి తన కోపాన్ని శాంత స్వరంలో వెలువర్చింది.

అమ్మానాన్నలు ఏదో అంటున్నారు, కానీ ప్రజ్ఞ మనసులో మౌన పోరాటం సుళ్ళు తిరుగుతూనే వుంది.

ఇరు కుటుంబాల్లో ప్రతీ సంవత్సరం శ్రావణ శుక్రవారం వరలక్ష్మీ వ్రతానికి పేరంటం పిలుచుకొని సంతోషంగా జరిగే శుభ కార్యం వెలవెల బోయింది.

***

ఆదివారం నాడు అచల తన భర్త త్యాగిసోనీని పరిచయం చేసింది. సినిమా హీరోలా వున్నాడు. “నమస్తే మేడమ్ జీ” ఎంతో వినయంగా నమస్కరించాడు. మురుకులు, టీ తెచ్చి టేబల్ పైన పెట్టింది.

అచల చెప్పింది తన భర్తకు కంప్యూటర్ నేర్చుకోవాలని వుంది అని. త్యాగిజీని వుద్దేశించి అతని చదువు గూర్చిన వివరాలు తెలుసుకున్నది.

త్యాగి స్కూల్ ఫైనల్ తప్పాడు. పైగా ఇంట్లో పీసీ లేదు. అతన్ని నిరుత్సాహ పర్చక “కొన్ని రోజులు ఆగండి, పీసీ కొన్నాక నేర్చుకుందురుగాని” సత్యలీల చెప్పింది.

“మీ ల్యాప్టాప్లో నేర్చుకుంటాను”.

“నో, పీసీలోనే నేర్పిస్తాను.” ఆమాట, ఈమాటలతో పొద్దుగడిచింది.

రెండు రోజుల తరువాత మళ్ళీ అచల ఎంతో రిలాక్స్డ్ గా వచ్చింది.

“సత్యాజీ! ఈ రోజు మా వారు బాబుని తీసుకొని ఊరువెళ్లారు. రేపు సాయంత్రం గాని రారు. పాప ఎదురింట్లో ఆడుకుంటున్నది. నాకోసం ఒకరోజు చుట్టి పెట్టండి.”

"సెలవు పెట్టి చేసే పనేమున్నది?"

"నా గురించి విని, నాకు సలహా ఇవ్వండి."

"నేను నీ జీవితం గూర్చి సలహా ఇచ్చేంత పెద్ద మనిషిని కాదు."

"మీలో ఆత్మవిశ్వాసము, ధైర్యము ఉన్నై, నాకు మీలాంటి వారి స్నేహం, సలహా కావాలి, ప్లీజ్ కాదనకండి."

"సరే, సెలవు తీసుకుంటాను, కానీ నీ జీవిత సమస్య గూర్చి నువ్వే బాగా ఆలోచించి దారి వెతుక్కోవాలి. అప్పుడే నీకు తృప్తి వుంటుంది లేకుంటే నీ మనసు మాటిమాటికీ వేరేవాళ్ళని నిందిస్తుంది."

***

"నేను బీద కుటుంబంలో పుట్టి పెరిగాను. చదువు లేకపోయినా కుట్లు, అల్లికలు నేర్చుకున్నాను. నేను అందంగా వున్నానని మా వారు నన్ను ఇష్టపడి, పెళ్లి ఖర్చులన్నీ భరించి వివాహం చేసుకున్నారు. అత్తవారింట్లో నేను సుఖంగానే వున్నాను. డబ్బు చెలామణి తెలియని దాన్ని కాబోలు అవసరానికి మించి ఖర్చులు చూసేసరికి నాకు చాలా ఇబ్బందిగా వుండేది.

పగలు-రాత్రీ కష్టపడి బిజినెస్ చూసేది మా వారు. కానీ డబ్బు విలువ తెలియక ఖర్చు చేసేవారు మా అత్తా, మామా, మరిది. ఇదేమాట ఒకసారి మావారితో చెబితే "ఈ వ్యాపారం మా తరాల నాటిది. అమ్మా నాన్నలను ప్రశ్నించే హక్కు లేదు. తమ్ముడు చేసేవి వృథా ఖర్చులు. ఎంత చెప్పినా వినడు. వాడికి పెళ్లి జరిగితే మారుతాడేమో" అని సర్ది చెప్పేవారు.

మా మరిది అందగాడు. చదువు అబ్బలేదు. బిజినెస్లో ఏకాగ్రత లేదు. సినిమా హీరో వేషం కోసం కాలాన్ని, డబ్బుని వృథా చేసేవాడు. అప్పుడప్పుడు నాతో వదినా,

నా ప్రక్కన నువ్వు సరిపడే జోడీ! నువ్వు హీరోయిన్, నేను హీరో, అన్నయ్య ప్రొడ్యూసర్ అని పగటి కలలు కనే వాడు.

పాప పుట్టింది. మావారు పాపతో ఆడుకోవాలని ఇంటికి తొందరగా వచ్చేవారు. జ్వాలాదేవి అని ముద్దుగా పిలిచేవారు. బిజినెస్లో లాభాలు పెరిగాయి. స్థిర ఆస్తులు పెంచారు. అత్తగారు మరిదికి పెళ్లి చేసి వేరే కాపురం పెట్టించాలి అన్నారు.

శ్రీమంతుల అమ్మాయితో పెళ్లి నిశ్చయించారు.

నా ఖర్మ కాలింది. మావారు మొదటిసారి వచ్చిన గుండెపోటు దెబ్బకే ప్రాణాలు కోల్పోయారు. సంపాదించే దిక్కు పోయింది. మరిది పెళ్లి ఆగిపోయింది.

అందరూ డబ్బులు ఖర్చు పెట్టేవాళ్ళమే, రోజురోజుకూ దిగజారి పోతున్నాము.

సడన్ గా ఒకరోజు మా అత్తగారు పంచాయితీ పెట్టించారు. ఆస్తి కాపాడుకోవాలంటే నాకు మరిదితో పునర్వివాహం జరపాలని. ఆస్తి విభజన కాదని ఆమె నమ్మకం.

స్వతంత్రంగా నిల్చి నేనూ, పాప బ్రతికే మార్గాలు ఆలోచించాను. నేను అరిచి గీపెట్టినా నా గోడు వినేవారు లేరు. మా పుట్టింట్టి వాళ్ళు కూడా నాకు యిష్టం లేని మళ్లీ పెళ్ళికి వంత పలికారు.

బంధువులను, మిత్రులను పిలిచి మా అత్తగారు “జగ్రాత” జరిపించారు అంటే జగన్మాత పేరిట పూజలు. రాత్రంతా పాటలు, భజనలు. వచ్చిన వారంతా నా కాబోయే మళ్ళీ పెళ్ళికి శుభాకాంక్షలు చెప్పడమే. మా మరిది అంటే త్యాగిసోనీ నా కోసం, పాప కోసం ఏదో త్యాగం చేస్తున్నట్టు ప్రచారం చేశారు.

నన్ను ఏ దేవతలు శపించారో, ఏ దరిద్రం నా నెత్తి మీద తిష్ట వేసిందో... నేను ఒప్పుకున్నాను.

సురేఖ పులి

ఇద్దరి అన్నదమ్ముల సంభోగంలో ఎవరి వలన ఎక్కువ సుఖంగా వుంది అని చవక బారు జోకులతో మానసికంగా, శారీరకంగా హింసించేవాడు త్యాగి. చదువు లేదు, సంస్కారం లేదు, సంపాదన లేదు. కానీ సేవలకు, సుఖానికి భార్య కావాలి.

అన్నగారు ఆస్తిని గుణించి కూడబెట్టే వారు. తమ్ముడు ఆస్తిని భాగహరించి తీసి వేస్తున్నాడు."

***

ప్రజ్ఞ జ్వరంతో టౌన్ ఆసుపత్రిలో వుంది. తగ్గు ముఖమే లేదు. టైఫాయిడ్ అని నిర్ధారించి, ఆసుపత్రి సూపరింటెండెంట్ సూచన మేరకు హైదరాబాద్ హాస్పిటల్లో అడ్మిట్ చేయాల్సి వచ్చింది.

నారాయణ బాల్య స్నేహితుడు కేశవరెడ్డి సహాయంతో హాస్పిటల్ దగ్గరలోని లాడ్జ్ లో బస కుదిరింది. అన్ని రకాల విషజ్వరాలకు ప్రభుత్వ జ్వరాల ఆసుపత్రి; హైదరాబాద్ నల్లకుంట ఫీవర్ హాస్పిటల్.

రూమ్ దొరకనందుకు జనరల్ వార్డులోనే కూతురి చికిత్స; నిద్రను దూరం చేసుకొని తల్లి దగ్గరుండి సేవలు; గేటు బయట తండ్రి మానసిక ఆవేదన; సాయంత్రం విసిటింగ్ టైమ్ లోనే చికిత్స పొందే వారిని చూడవచ్చును.

పది రోజులకు విషజ్వరం ప్రజ్ఞను చాలా బలహీనతకు లోను చేసి వదిలి పెట్టింది. డిశ్చార్జ్ తీసుకొని లాడ్జ్ కు వెళ్లారు. స్నానం చేసి ఇడ్లీ తిని నిద్దర పోయింది. అలసి పోయిన తల్లి కూడా కూతురుతో పాటు నడుం వాల్చింది.

మధ్యాహ్నం మూడు కావస్తుంది. కళ్ళు మండుతున్నా, నారాయణకు నిద్ర రావటం లేదు. ఇంటి పెద్దగా ఏదయినా చేయాలి. వేరే మంచి సంబంధం చూసి పెళ్లి చేస్తే... గొప్ప ప్రజ్ఞావంతురాలు కావాలి నా బిడ్డ.

మరి వూళ్ళో ఇల్లు, పొలము, తోటలు?

అమ్మేసి, హైదరాబాద్ కు మకాం మారితే సరి...

ఆలోచిస్తూనే తల పైన తిరిగే సీలింగ్ ఫ్యాన్ ని చూశాడు. ఇంట్లో నాలుగు రెక్కలున్న ఫ్యాన్ వుంది, కానీ ఈ లాడ్జ్ లో ఫ్యాన్ మూడు రెక్కలున్నా గిర గిరా తిరుగుతూ చల్లని గాలి వీస్తూంది.

అవును, జీవితమూ అంతే, ఎక్కడైన, ఎప్పుడైన అనుకున్న పనులు అనుకున్నట్టుగా జరగక పోతే చింతించాల్సిన పని లేదు. వేరే మార్గంలో గమ్యం వెతుక్కోవాలి.

మనసు శాంతించింది. కునుకు పట్టినట్టుగా వుంది.

ఏదో కీచు గొంతు అదే పనిగా అరుస్తుంది. గాఢ నిద్ర పారిపోయింది.

మంచం మీద ప్రజ్ఞ నాలుక కొరుక్కొని అరస్తూ నోట్లో నుండి నురగ బయటకు తీస్తుంది. ప్రమీల వులిక్కిపడి లేచి చివుక్కున తాళంచెవి గుత్తి ప్రజ్ఞ అరచేతిలో పెట్టి, తలను లేవనెత్తి భర్త వైపు బేలగా చూసింది.

“ఇది ఫిట్స్, నేను టాక్సీ తెస్తాను”. గబాల్న లాడ్జ్ రిసెప్షన్ సహాయంతో, ముగ్గురూ టాక్సీలో ఉస్మానియా ఆసుపత్రికి వెళ్ళటమూ, ఎమర్జెన్సీగా అడ్మిట్ అవ్వటమూ వెంట వెంటనే జరిగి పోయాయి.

రెండు రోజుల తరువాత ప్రజ్ఞకు స్పృహ వచ్చింది. పళ్ళతో గట్టిగా కొరుక్కున్న నాలుక పైన గ్లిజరిన్ పూసింది ప్రమీల. సెలైన్ మాత్రమే ఆధారం.

డ్యూటి డాక్టర్, నర్సులు క్రమం తప్పకుండా వార్డ్ పేషెంట్లను పరిశీలిస్తున్నారు.

డిస్చార్జ్ రోజున డాక్టర్ కౌన్సిలింగ్: “మీ పేరెంట్స్ కు నువ్వు ఒక్క దానివే సంతానం, మనం రోజూ జరిగే విషయాల్లో మనకు నచ్చనివి, మనకు అనుకూలించని

వాటిని వదిలేయాలి. అంతేకాని అవే మనసులో పెట్టుకుని, ఆలోచించి, బాధ పడి ఆరోగ్యం పాడు చేసుకోవద్దు. నువ్వు బాగుంటేనే మీ పేరెంట్స్ ఆనందంగా వుండగలుగుతారు. గారాల ముద్దుల కూతురిగా నీ బాధ్యత ఏమిటి?"

నాలుక కొరుక్కున్న నొప్పి వలన జవాబు ఇవ్వలేక పోతున్నది.

"చూడమ్మాయి ప్రజ్ఞా!, నేను చెప్పిన మాటలు విను, పూర్తిగా ఆరోగ్యం కోలుకున్న తరువాత నీకు ఇష్టమయిన హాబీని అభివృద్ధి చేస్కో."

"అంటే," కళ్ళతోనే ప్రశ్నించింది.

"కుట్లు-అల్లికలు, డ్రాయింగ్, పెయింటింగ్, తోటపని, మ్యూజిక్, డాన్స్, వంటా-వార్పూ లేకపోతే ఏదయినా వృత్తి విద్య, ఏదో ఒక సబ్జెక్ట్ లో శిక్షణ తీసుకొని సాధన చేయి. నీ పేరును సార్ధకం చేసుకో. అంతే గానీ అన్నీ కోల్పోయానని చింతించకు. చింత చితికి దగ్గర అవుతుంది.

మనం సంతోషపడుతూ మన వాళ్ళని సంతోష పెట్టాలి. సరేనా." డాక్టర్ మాటలకు సరే అని తల వూపింది ప్రజ్ఞ.

"అమ్మా, మీ పాప మంచిగా అయిపోతుంది, వర్రీ లేదు. మూడు సంవత్సరాలు తప్పకుండా మందులు వాడాలి. ఒక సంవత్సరం వరకు నెలకొక సారి చెక్ చేయించు కోవాలి, అంటే పేషెంట్ ఆసుపత్రికి రావాలి."

"అలాగే డాక్టర్" అంటూ ప్రమీల చేతులు జోడించి వినయంగా నమస్కరించింది.

***

"బాబు పుట్టాడు. పాపను చిన్న చూపు చూస్తూ బాబును ముద్దులాడే వాడు. మా అత్త మామ గార్లు పోయారు. పెద్దదిక్కు లేదు.

ఇన్నాళ్లూ వీధి వరకే పరిమితమైన సిగరెట్లు, గుట్కా, లిక్కర్, అన్ని చెడు అలవాట్లు ఇంట్లోకి చేరుకున్నాయి. నన్ను పాపను అనవసరంగా కొట్టటం, అసహ్యంగా తిట్టటం పరిపాటి అయింది. ఎక్కడికి వెళుతున్నాడో, ఎప్పుడు తిరిగి వస్తాడో తెలియదు, అడిగినా జవాబు చెప్పడు.

ఆస్తి పోయి అప్పుల జాబితా పెరిగిపోతున్న వేళ నేను స్వెటర్లు, డ్రస్లు కుట్టి రెడీమేడ్ షాపుల్లో కాంట్రాక్ట్ కుదుర్చుకున్నాను.

త్యాగి ఖర్చులకు నన్ను డబ్బు సర్దమనేవాడు. నేను ఇవ్వకపోతే నన్ను చితకబాది, వాతలు పెట్టేవాడు. చావలేక నరకం భరిస్తున్నాను. నన్ను పెళ్లి చేసుకొని చాలా మోసపోయాడని ఉక్రోషంతో నన్ను పాపను ఇంట్లోనుండి పొమ్మని నానా రభస చేసినందుకు ఎన్నో అద్దె ఇళ్ళు మారాల్సి వస్తుంది.

మా వారు యోగిసోనీగారి జ్ఞాపకాలతో బ్రతుకు సాగించక త్యాగిసోనీని మళ్ళీ పెళ్లి చేసుకన్న తప్పుకు, శిక్ష అనుభవిస్తున్నాను. పదిహేను రోజులకొకసారి హిమాచల్ వెళతాడు. కారణాలు చెప్పడు. అడిగే అవసరమూ, ధైర్యమూ నాలో లేవు."

హర్యాన్వి కలిసిన హిందీలో ఏకధాటిగా చెప్పుకుంటూ పోతున్నది, బాగా టెన్షన్తో వున్నట్టున్నది, బుగ్గలు, పెదాలు, చెవులు ఎర్రబడ్డాయి.

అచల రెండు చేతులు జోడించి "యోగిగారి సమక్షంలో సంతోషం, స్వేచ్ఛ, శాంతి వుండేవి కానీ వీడు రాక్షసుడు! నేనూ, జ్వాల వీడికి దూరంగా వెళ్లిపోవాలి. విడాకులు తీసుకోవాలి."

"నీ బాధ అర్థమైంది, కానీ నేను ఏ విధంగా సాయం చేయగలను?"

"మీరు మళ్ళీ పెళ్లి చేసుకోకుండా సుఖంగా మీ బ్రతుకు మీరు బ్రతుకుతున్నారు. నేను ప్రతీరోజు చస్తున్నాను. మీ కాళ్ళు పట్టుకుంటాను, నాకు విముక్తి కావాలి".

"నా కాళ్ళు వదులు" కాళ్లని దూరంగా జరిపి కూర్చుంది సత్యలీల. "నన్ను కూడా పెళ్లి చేసుకోమని అంతా బలవంతం చేశారు. అన్నయ్య పెంపకంలో నాకు చదువుతో పాటు స్వేచ్ఛ, స్వాతంత్ర్యం కూడా ఇచ్చాడు. నా ఆలోచనలకు విలువ యిచ్చి నా ఆత్మవిశ్వాసాన్ని బలపర్చాడు. సమాజంలో అన్నావదినల అండదండలున్నా సరే, నేను మళ్ళీ పెళ్ళికి ఒప్పుకోలేదు. కారణం నా ఈ చిన్ని వైవాహిక జీవితంలో మావారి జ్ఞాపకాలు, గుర్తులు చాలు.

కొన్నాళ్లపాటు అందరికీ దూరంగా, ఒంటరిగా వుండాలని యింత దూరం వచ్చి, ఉద్యోగం చేసుకుంటున్నాను." సత్యలీల మాట్లాడుతూనే వుంది.

ఉద్యోగంలోని కష్టనష్టాలు గూర్చి వివరించింది. చాలాసేపు ఇద్దరూ మౌనంగానే వున్నారు.

సత్యలీల ధైర్యం గొంతు విప్పింది. "కొంత ఆస్తి అత్తగారికి, మరిదికి యిచ్చేసి, నీ వంతు ఆస్తితో నువ్వు, పాప దూరంగా వుండిపోవలిసింది. మనం విన్నకొద్దీ, భరిస్తూన్న కొద్దీ మన చుట్టూ జనాలు మనల్ని భయపెడుతూనో, బాధపెడుతూనో యిబ్బంది పెడుతూ వుంటారు. మన ఆత్మవిశ్వాసం ముందు సమాజం పిరికిది."

అచల సంజాయిషీ ఇచ్చుకుంది. "మీకు చదువు, సంస్కారం, మంచి పెంపకం ఉన్నై, మీ వాళ్ళందరు మీ నిర్ణయానికి మీకు తోడుగా వున్నారు. కానీ నా విషయంలో పూర్తిగా వ్యతిరేకం. అయినా ఇప్పటికైనా మించిపోయింది లేదు, మిమ్మల్ని చూశాక నాలో ఆశ మొదలయింది. నాకు ఈ బంధం నుండి విముక్తి కావాలి."

"నేను ఆలోచించుకోవాలి, నాకు కొంచెం టైమ్ కావాలి." సత్యలీల నిలకడగా జవాబు చెప్పింది.

కల్పతరువు (నవల)

ఈ విషయంపై కొన్ని రోజుల పాటు అచలను, త్యాగిసోనీను, పిల్లలను గమనించింది.

ఫలానా విధంగా జవాబు రావాలంటే కంప్యూటర్ లో ప్రోగ్రాం ఒక పద్ధతిగా రాసుకోవాలి. జీవితం కూడా అంతే! మనకు కావలసిన రీతిలో జీవితం సాగాలంటే కొన్ని తెలివిగల అడుగులు వేయాలి.

లాయర్ సర్దార్ శరణ్ జీత్ ఇంటికి వెళ్ళి కొన్ని సలహాలు తీసుకుంది.

***

"కేశవ్, నాకు నీ సలహా కావాలి." తీరిగ్గా అన్నాడు నారాయణ.

"అలాగే, విషయం ఏమిటీ?"

"నాకు హైదరాబాద్లో ఏదైనా వ్యాపారం చేయాలని వుంది."

"పొలం పండించే భూస్వామివి, వ్యాపారం ఎందుకు, ఐనా వ్యాపారానికి పెట్టుబడి కావాలి. కొన్ని రోజుల వరకు లాభాలు మర్చిపోవాలి."

"నాకు తెల్సు, నేను, నా కుటుంబం కొత్త పరిసరాల్లో, కొత్త పయనం సాగించాలి."

"వూళ్ళో వున్న స్వంత ఇల్లూ, పొలం?"

"అమ్మేస్తాను."

"సరేలే, అమ్మటం తేలిక. కానీ ఒకసారి ఇంట్లో వాళ్ళని కూడా సంప్రదించు."

"అన్నీ జరిగిన తరువాతే నిన్ను అడుగుతున్నాను."

"ఏం బిజినెస్ చేద్దామని?"

"నాకు తెలియక నిన్ను అడుతున్నాను."

"తొందర ఎందుకు ఆలోచిద్దాం."

"ఆలోచనకు సమయం లేదు. పెట్టుబడి పెడతాను, మార్గం చూపెట్టు."

"కిరాయి ఇంట్లో వుంటావా, సొంతిల్లు కొంటావా?"

"ముందు బిజినెస్."

"సరే, కల్పనా జనరల్ స్టోర్స్, కోఠి వద్ద బడీచౌడీ లో నా బిజినెస్ వుంది, దాన్నే కొంత నీ పెట్టుబడి పెట్టి మెరుగైన వ్యాపారం చేద్దాం." ఇద్దరూ ఒప్పందం కుదుర్చుకొన్నారు.

వూళ్లోని స్థిరాస్తిని అమ్మేసి, హైదరాబాద్ కు వలస వచ్చాడు నారాయణ. కోఠి, ఎడిన్బాఘ్ వద్ద కేశవరెడ్డి నివసించే కాలనీ లోనే చిన్న ఇల్లు కిరాయికి తీసుకొని జీవితానికే కొత్త పునాదులు వేశాడు.

కల్పనా జనరల్ స్టోర్స్ 'గృహకల్ప' గా రూపుదిద్దుకుంది. కొత్త హంగుల సూపర్ బజార్ జనాలందరిని ఆకర్షిస్తుంది.

ఆశ్వీయుజ మాసం, దసరా, దీపావళి పండుగల కొనుగోళ్లు బాగా జరిగాయి. గృహకల్ప సూపర్ బజారు సరుకుల నాణ్యతకు పలుకుబడి కూడా హెచ్చింది. కేశవరెడ్డి తో జత కలిపి చేసిన పని కలసి వచ్చింది.

"మా బంధువుల అబ్బాయి ఆనంద్ అని... కొంచెం ఆర్థిక ఇబ్బందిలో వున్నాడు. తండ్రి లేదు, తల్లికి అనారోగ్యం. మన షాప్ తెరిచినప్పటి నుండి షాప్ మూసే వరకు శ్రద్ద తీసుకుంటాడు, నీ అభిప్రాయం?" అడిగాడు నారాయణను.

"రెడ్డీ! మనకూ, మన వ్యాపారానికీ నష్టం రాకుండా, మనని వెన్నుపోటు పొడవని వాళ్లు ఎవరయినా సరే, నాకు సమ్మతమే."

షాపు పనులతో పాటు అప్పుడప్పుడు ఇంట్లో పనులు కూడా చూసుకోవాలని కేశవరెడ్డి ఆనంద్ కు జీవనోపాధి కల్పించాడు. శివయ్య పేరుకే పనివాడు కానీ ఇంటి మనిషి వలె పనులన్నీ చక్కబెట్టు కుంటాడు.

కేశవరెడ్డి భార్య కల్పన మొదటి పుణ్యతిథి. క్రిందటేడు దసరా నవరాత్రుల్లో గుండె పోటుతో చనిపోయింది. కేశవరెడ్డికి సంతానం లేరు.

కల్పన ఫోటోకు పూజ చేసి ఇష్టాహారము, తద్దిన వంటకాలు సమర్పించి, తిలోదకాలు ధార విడిచి, ఆవుకు ఆరగింపైన పిమ్మట కేశవరెడ్డితో బాటు అంతా భోజనాలు చేశారు.

ఇంటికి తిరిగి వచ్చిన ప్రమీల భర్తతో: "రెడ్డి గారి ఇల్లు చాలా బాగుంది, మనం కూడా ఒక చిన్న ఇల్లు కొనుక్కుంటే..." పల్లెల్లో, టౌన్లల్లో జీవితం చూసిన ఇల్లాలికి పట్టణ పరిసరాల్లో స్వంత యింటి ఆశ!

"చూద్దాం, ఇంటికంటే ముందు ప్రజ్ఞ భవిష్యత్తు ఆలోచించాలి." నారాయణ జవాబు.

"కాలేజీకీ వెళ్ళనంటున్నది. అసలు మనుషుల్లో తిరగటం అంటేనే విసుగు పడుతున్నది."

"అవును, నేనూ గమనించాను. కానీ ఎన్నాళ్లు ఇలా ఖాళీగా? ఏదో ఒక అభ్యాసం, నిర్వాకం వుండాలి."

ఆరోగ్యం కొంచెం కుదుట పడిన ప్రజ్ఞతో, "అమ్మా, మన దగ్గరలోనే కేవలం అమ్మాయిలకు మాత్రమే రెడ్డి కాలేజీ, ఉమెన్స్ కాలేజీ వున్నాయి. ఇంకాస్త దగ్గరలోనే సంగీతం కాలేజీ వుంది. నువ్వు ఖాళీగా వుంటే కుదరదు."

"నాన్న, ఎవరిని చూసినా ఒకలాంటి భయం వేస్తుంది. నాకు ఇంట్లోనే బాగున్నది."

"భయపడే సమయం కాదు. సృష్టి రీత్యా అమ్మాయివి. కానీ మాకు అమ్మాయి వైనా, అబ్బాయైనా నువ్వే, మాకు ధైర్యం ఇవ్వాలి. ఒక మంచి ఉదాహరణగా, మాకు అండగా, బలంగా నువ్వు వుండాలి. అంతేకాని భయపడొద్దు."

"ప్రతీ రోజూ అమ్మ చెప్పే మాటలు కూడా ఇవే."

"మేమిద్దరమూ నీతో పాటే వున్నాము. ఇంటర్ చదువుతావా, లేక సంగీతం నేర్చుకుంటావా?"

"నాన్నా, మీరే నిర్ణయించండి, నాకు తెలియదు. అమ్మను కూడా అడగండి."

"నువ్వు ఏది నేర్చుకున్నా శ్రద్ధగా, ఏ పని చేసినా ఒక నిర్దిష్ట కార్యాచరణ రూపంలో బయటకు రావాలి. అంతే కానీ టైమ్ పాస్ చేయొద్దు." అమ్మ మాట.

"మీరెలా చెబితే అలాగే చేస్తాను. కానీ వూళ్ళో తెలుగు మీడియంలో చదివిన నాకు సిటీ చదువులకు పొంతన కుదురుతుందా?"

"అమ్మలూ! తెలుగు మీడియం చదువు, చదువు కాదా? జీవితంలో కొత్త విషయం ఏది నేర్చుకున్నా ఏకాగ్రత, సాధన ముఖ్యం. అన్నింటికీ సమయం వుంటుంది."

ఇక ఆలస్యం చేయక నారాయణ తన కూతుర్ని మార్వాడీ వాళ్లు నిర్వహించే ఫైన్ఆర్ట్స్ ఇన్స్టిట్యూట్ లో 'కుట్లు-అల్లికల' ట్రైనింగ్, ఆరు నెలల సర్టిఫికేట్ కోర్సులో జాయిన్ చేశాడు.

***

జ్వాల పుట్టినరోజని అచల డబల్కామీటా ఇచ్చింది.

సత్యలీల మాట కదిపి "బాగా ఆలోచించుకో, ఒకసారి వివాహబంధం తెంచుకున్నావంటే మళ్ళీ వెను తిరగలేవు."

"చాలా గట్టి నిర్ణయం తీసుకున్నాను. నాకు ఈ దినదిన గండం కంటే విడాకులు ముఖ్యం."

"ఐతే విడాకులైన మహిళ పట్ల రోజూ ఎదుర్కునే మనుషుల భాష, ప్రవర్తన అన్నీ వేరేగా వుంటాయి. ఒక్కొక్కసారి చాలా హీనమైన పరిస్థితులు దాటుకొని పోవాల్సి వుంటుంది.

అన్నీ సహించగలను అనుకుంటేనే నువ్వు ఈ బంధం తెంచుకోగలవు."

అచల ఎంతో శ్రద్ధగా వింటూ వున్నది.

"మరో ముఖ్యమైన విషయం. ఇప్పుడున్న భర్తతో నీ కష్టాలు. కానీ, బాబును వదులుకోగలవా?" ధైర్యాన్ని పెంచే ప్రశ్న వేసింది.

"నాకు జ్వాల ముఖ్యం. బాబు ఎలాగైనా తండ్రి సమక్షంలో బ్రతగ్గలడు. కానీ ఛీత్కారాల మధ్య పాప నలిగిపోతుంది. పైగా నా మనఃశాంతి కోసం నేను కూడా కొంత త్యాగం చేయాలి కదా." స్థిరత్వం వ్యక్త పర్చింది.

"ఐతే, శ్రద్దగా విను. మీ వారితో నేను స్నేహం పెంచుకుంటాను, అతని ద్వారానే విడాకుల ప్రయత్నం చేద్దాం. అందుకని ఇదిగో ఈ ఐదు వందలు పాప బర్త్ డే గిఫ్ట్, వెయ్యి రూపాయలు బాబుకు గిఫ్ట్."

"బాబుకు ఎందుకు? వాడి పుట్టిన రోజుకు ఇంకా టైమ్ వుంది."

"ఇప్పటి నుండి నీకూ-నాకు సఖ్యత అంతంత మాత్రమే. త్యాగి గారికి బాబు అంటే చాలా ప్రేమ కనుక నేను వెయ్యి రూపాయల ఎర వేసి ప్రోగ్రామ్ మొదలు పెడుతున్నాను."

మారు మాట్లాడకుండా అచల వెళ్ళిపోయింది. మర్నాడు ఉదయమే త్యాగి బాబును తీసుకుని వచ్చాడు. నిజమే త్యాగి అందగాడు, సినిమాలో ఛాన్స్ వస్తే బావుండేది.

“మేడమ్ జీ, మా వూళ్ళో మీకు సౌకర్యంగా వుందా?” అని మాట కలుపుతూ చాలాసేపు కబుర్లు సాగించాడు.

ప్రతీ రోజు రావడంతో కొంచెం ఫ్రీడం ఏర్పడ్డది. ఇక ఆదివారం సత్యలీలకు సెలవు అని తీరిగ్గా గోడు వెళ్ళగక్కాడు. చాలా ఆర్ధిక యిబ్బందులు వున్నాయని, ఐదు వేలు సర్దమని సారాంశం.

“ఐదు వేలు కాకుంటే పదివేలు ఇవ్వగలను. కానీ ఒక్క విషయం నిజంగా చెప్పండి.”

“మీరు నన్ను ఎంత బాగా అర్థం చేసుకున్నారు మేడమ్ జీ, అడగండి.”

“అచాలదేవి వలన మీరు సంతోషంగా వున్నట్టు లేరు. మీ స్వంత విషయాలు అడుగుతున్నానని ఏమి అనుకోవద్దు, ప్లీజ్...నేనొక సోదరి లాంటిదాన్ని...”

త్యాగి తల వంచుకొని “అచల నా గురించి మీతో ఏమైనా చెప్పిందా?” అనుమానంగా అడిగాడు.

“లేదు, ఏమీ చెప్పలేదు. ఎప్పుడూ ఏదో పనిలో వుంటుంది. నాతో ముఖాముఖీగా వుంటుంది. మీ ముఖంలో వున్న బాధ అచల ముఖంలో లేదు.”

టీ, బిస్కట్స్ టీపాయి పైన పెడుతూ సత్యలీల చెప్పింది. “రేపు సోమవారం, బ్యాంక్ నుండి మనీ డ్రా చేసి యిస్తాను. సరేనా, టీ తీసుకోండి.”

టీ తాగుతూ ఆత్మకథ చెప్పుకున్నాడు. అచల చెప్పిన వివరాలకు త్యాగి చెప్పే వివరాలుకు తేడా వుంది. “ఇంతగా చీకటి వున్న నా జీవితంలో నా కొడుకు ఒక సూర్యుడు.” అన్నాడు.

“బాబు సూర్యుడు ఐతే మరి చందమామ ఎవరు?” కొంచం చిరునవ్వు ప్రకటిస్తూ అడిగింది.

"ఎవ్వరితోనూ చెప్పనని ఒట్టేస్తే చెప్తాను మేడమ్ జీ." సరేనని ఒట్టేసింది.

కొంచెం సంతోషంగా, ఇంకొంచం సిగ్గుగా సంభాషణ మొదలుపెట్టాడు. “మనాలిలో నాకు మరో స్త్రీతో సంబంధం వుంది. చాలా మంచి అమ్మాయి.” పరోక్ష స్త్రీ పట్ల దయ, జాలి, అత్యంత ప్రేమ ప్రకటిస్తూ తన వివాహేతర సంబంధం గూర్చి, చెబుతూ ఆమెకు పిల్లలు పుట్టరని భావోద్వేగం వెల్లడించాడు.

విషయాన్ని మారుస్తూ పిల్లల భవిష్యత్తు, పొదుపు అంటూ పరిస్థితిని స్తబ్ధ పర్చింది సత్యలీల.

***

ఒక నెల రోజులు తల్లి తోడుగా వెళ్ళింది. తోటి విద్యార్థుల కలయికతో ప్రజ్ఞలో జంకు, బిడియం పోయాయి.

ఆరోగ్యరీత్యా, పిల్లల మతి స్థిమితం లేకున్నా, నిరాశల్లో కూరుకు పోయినా తల్లిదండ్రుల ప్రథమ కర్తవ్యం వారిని ఆ వూబిలో నుండి బయటకు లాగాలి.

“నాన్నా, టీచర్ కుట్టుమెషిన్ కొనుక్కోమంది. కానీ వద్దులే, ఎందుకంటే నేను టైలర్ అవ్వను కదా, అదొక వృధా ఖర్చు. కాలేజీలో ఇంటర్ చదవాలి అన్నారు కదా.”

“కుట్టుమెషిన్ ఇంట్లో వుంటే ఎన్నో లాభాలు. దాని మాట వినకండి, చిన్న చిన్న చిరుగులు కుట్టుకోవచ్చును. కూతుళ్ళందరూ తల్లుల వద్ద నేర్చుకుంటారు. నేను మాత్రం ప్రజ్ఞ వద్ద కుట్టు నేర్చుకుంటాను.” తల్లి హుషారుగా చెప్పింది.

ఇదొక వంక అని తెల్సినా, నారాయణ కుట్టుమెషిన్ కొన్నాడు. ప్రజ్ఞ మనసులో తెలియని ఆనందం. “నాన్న తన కోసం బొమ్మలు, బట్టలు, పుస్తకాలే కాదు, కుట్టుమెషిన్ కూడా కొన్నాడు.”

కొబ్బరికాయ కొట్టి పూజ చేశారు. అన్నీ కోల్పోయినట్లు, ఓ మూల కూర్చోవటం పూర్తిగా మానేసింది. అమ్మను విశ్రాంతి తీసుకోమని తానే వంటలు రుచిగా చేయడమూ, ఆ తృప్తిని ముగ్గురూ పంచుకునే రోజులు వచ్చాయి.

ఆరు నెలలు ఆవిరై పోయాయి, 'కుట్లు-అల్లికల' కోర్సు పూర్తయింది.

డిసెంబర్లో రామకోఠి మ్యూజిక్ కాలేజీ నుండి అప్లికేషన్ ఫామ్ తెచ్చాడు నారాయణ.

"నీకు నచ్చిన సంగీతం నేర్చుకో అమ్మా, ఈ ఫామ్ నింపి, రేపు మనిద్దరము వెళ్దాం."

"నాన్నా! జూన్లో నేను కాలేజీకి వెళతానుగా, మళ్ళీ సంగీతం డిగ్రీ నాకెందుకు?"

"డిగ్రీ కోసం కాదమ్మా, నా కోరిక. నాకు అవకాశాల్లేవు, కనీసం నిన్ను చూసి నేను సంతృప్తి పడతాను."

"నాన్నా, సిటీలో ఏది పూరికే రాదు. అన్నిటికీ కాసులు, కాణీలు గుమ్మరించాలి."

"ఈ మ్యూజిక్ కాలేజీ ప్రభుత్వం వారిది, ఖర్చు చాలా తక్కువ. ప్రతీ రోజు ఒక గంట మ్యూజిక్ కాలేజీకి వెళ్ళి, ఇంట్లో కూడా సాధన చేస్తే చాలు."

అడ్మిషన్ ఫామ్ తీసి చదివింది. "ఏ కోర్సు తీసుకోవాలి?"

"నీ ఇష్టం మీద ఆధారపడి వుంది."

"నాకు గాత్ర సంగీతం కంటే వాయిద్య సంగీతమే ఇష్టం."

అమ్మ: "వీణ నేర్చుకో..."

"నాన్నా, నువ్వేమంటావు?" జవాబు రాలేదు.

"సితార్ వాయిద్యం విన సొంపుగా వుంటుంది" ప్రజ్ఞ మనసులోని మాట.

"మన దక్షిణ భారత దేశంలో వీణ ప్రాముఖ్యత ఎక్కువ. సితార్ ఉత్తర భారత దేశంలో చలామణి."

"మరి తూర్పు, పశ్చిమ ప్రాంతాల్లో వాయిద్య సంగీతానికి పలుకుబడి లేదా?" నారాయణ వ్యంగ్యం.

ప్రజ్ఞ ముసిముసిగా నవ్వుకుంది. ఈ ఆహ్లాదమే తల్లిదండ్రులు తమ సంతానం నుండి ఆశించేది.

"కర్ణాటక వోకల్ గానీ, హిందుస్తానీ వోకల్ గానీ నేర్చుకుంటే సితార్ వాయిద్యం కొనే అవసరం రాదు." సర్దుకోవాలనుకుంది ప్రజ్ఞ.

"నీ అభిలాషను తోసిపుచ్చకు. నేను కదా సితార్ కొనిచ్చేది. నువ్వు సితార్ నేర్చుకునేంత వరకే నీ ప్రయత్నం. మిగతా విషయాలు మావి."

ఆ మర్నాడే సితార్ క్లాస్ లో అడ్మిషన్ దొరికింది. జనవరి నెలలో సితార్ క్లాస్ మొదలైంది. కొన్ని రోజులు బాగానే గడిచాయి. సాఫీగా సాగిపోయే బాటలో ముల్లు గానీ, చిన్ని రాయి కానీ గుచ్చుకోక మానదు.

ప్రతీ రోజు ఉదయాన్నే సితార్ క్లాస్ కు వెళ్ళే దారిలో కొందరబ్బాయిలు ప్రజ్ఞను హేళన చేస్తూ వెంబడిస్తున్నారు.

"మాది క్యురియాసిటీ... నువ్వే సిటీ? ప్రజ్ఞ వెనుకగా అబ్బాయి మాట.

"మేం సింప్లిసిటీ... మాకు మాటలు రావమ్మా... మరో అబ్బాయి జవాబు.

ప్రజ్ఞ నడక వేగం చేసింది.

"మాటలు నేర్పక, నడక మాత్రమే నేర్పించరా..."

"అమ్మాయిలు హంస నడక నడవాలి... అంత జోరు పనికిరాదు...పాప.."

"పాప కాదురా..., మరి ..."

"పేరెందుకులే... మ్యూజిక్ పేరేమిటో కాలేజీ నుండి వస్తుంది... అర్థం చేసుకో..."

"ఓహో, మ్యూజిక్ కాదు, డాన్స్ నేర్చుకుంటున్నానని చెప్పకనే చెప్పుతున్నది రోయ్."

"ఆ జడ చేసే నాట్యం చూసి అర్థం చేసుకో..."

"అటు ఇటు తబలా... జడ డాన్స్... వరెవహ!"

చేతులతో చప్పట్లు కొడుతూ, వెకిలి నవ్వులతో అబ్బాయిల మూక ప్రజ్ఞ వెనకే వస్తూ వున్నారు.

మౌనంగా వెళ్ళినా, వాళ్ల ద్వంద్వార్థ మాటలతో, పాటలతో చిరాకు కల్గింది. రోజూ ఇదే తంతు.

"సితార క్లాస్ మానేస్తా... ఈ కోతి మూక ముఖం చూడాల్సిన పని లేదు. కానీ ఇంట్లో కారణం ఫలనా అని తెలిస్తే అమ్మానాన్నలు నిరాశ పడతారు. ఈ సమస్య పరిష్కారమేమిటి?" ఆలోచన మొదలయింది.

"స్వస్థల హైదరాబాద్ నివాసి కేశవరెడ్డి గారికి చెబితే పరిష్కారం దొరుకుతుందేమో." వెంటనే నిర్ణయం స్ఫూర్తికి వచ్చింది.

ప్రజ్ఞను కూతురు వలెనే ఆదరిస్తూన్న కేశవరెడ్డి సమస్య విని, ఆనంద్ ను రహస్యంగా గమనించమని చెప్పాడు. అల్లరి చేస్తూ వెంబడిస్తున్న మూకలో మేయర్ గారి కొడుకున్నాడు.

"నారాయణ, నువ్వొక కారు కొని ప్రజ్ఞను ప్రతీ రోజు మ్యూజిక్ క్లాస్ కు తోడుగా వెళ్ళాలి"

"అంతా మామూలుగానే వుంది కదా, నేను తోడు వెళ్తే, పిరికితనం మొదలౌతుంది. అమ్మాయిల్లో ఆత్మనిర్భరత మనమే పెంచాలి."

అల్లరి అబ్బాయిల భాగోతం విన్పించాడు. "కారు కొంటానేమో కానీ ప్రజ్ఞ తన సమస్యని తానే తెలివిగా ఎదుర్కోవాలి." స్నేహితుడి మాటను పట్టించుకోలేదు.

తన మాట తనదే, మొదటి సారి కేశవరెడ్డికి నారాయణ పైన కోపం, ప్రజ్ఞ అంటే ఆత్మీయత పెరిగాయి.

***

సత్యలీల ఫోన్ చేసి లాయర్ శరణ్జీత్ ఇంటికి వెళ్ళి, అచల కథను వివరంగా విన్నవించింది.

"ఏది ఏమైనా అచలకు విడాకులు ఇప్పించాలి సర్, ఖర్చు నేను భరిస్తాను."

లాయర్ చాలాసేపు నచ్చచెప్పాడు. "ఇద్దరినీ కూర్చోబెట్టి కౌన్సిలింగ్ ఇస్తే వాళ్ళే సర్దుకుంటారు. అనవసరంగా కుటుంబాలను విడదీయడం అంత సబబుకాదు." వృత్తి అనుభవాన్ని నెమరు వేశాడు.

శ్రోత విన్పించు కోలేదు.

"సర్, స్వేచ్ఛ ప్రతీ జీవి జన్మహక్కు. సంఘంలో 'భర్త' అని ఒక పురుషుడికి, 'భార్య' అని ఒక స్త్రీకి 'వివాహం' అనే అర్హత గల పీఠం ఇచ్చినప్పుడు, వారు వారివారి విధులను సక్రమంగా, క్రమశిక్షణతో ఒకరిపట్ల ఒకరికి ప్రేమ, విశ్వాసం కల్గి వుండాలి. ఇద్దరూ సమఉజ్జీలుగా జీవనం సాగించాలి.

అంతేగానీ యిద్దరి మధ్య హింస, బానిసత్వం, మోసం అనబడే బలహీనతలు వుంటే ఎవరికి వారే, వాళ్ళ అర్హతలకు రాజీనామా చేయాలి. కలిసి జీవించలేరు. ఎన్ని కౌన్సిలింగ్ లు ఇచ్చినా ఆత్మాభిమానం చంపుకుంటూ సమాజం కోసమో, పిల్లల

భవిష్యత్ కోసమో రాజీ పడి, ఎవ్వరికీ చెప్పలేక, బాధను దిగమింగుతూ చావలేక బ్రతకాలి."

"ఆచాలదేవికి ఏ దారి చూపిస్తావు మరి?"

"సర్, ఆ విషయం కూడా నేను ఆలోచించాను. నేను హైదరాబాద్ తిరిగి వెళ్లిపోతాను. బంజారా హిల్స్ లోని నా స్థలం కొంత అమ్మేసి, మిగతా స్థలంలో ఒక బొటీక్ తెరుస్తాను. అచల వర్కింగ్ పార్టనర్, నేను ఫైనాన్సియర్ అండ్ స్లీపింగ్ పార్టనర్. కొంచెం ఎస్టాబ్లిష్మెంట్ అయే వరకు యిబ్బంది, తరువాత అదే సర్దుకుంటుంది."

"సరే, ముందుగా మీ అన్నగారితో చెబుదాము." లాయర్ మాటకు సరేనంది.

***

త్యాగి సోమవారం అప్పు పైకము తీసుకున్నాడు. "త్యాగిగారు ఒక్క షరతు..."

"చెప్పండి మేడమ్ జీ "

"వచ్చే శని, ఆదివారం సెలవుల్లో టాక్సీ బుక్ చేసుకొని మీరు నాకు హిమాచల్ ప్రదేశాల్ని, ముఖ్యంగా మీ ప్రియురాలిని పరిచయం చేయాలి."

"అలాగే, కానీ ఎవరెవరు వస్తారు?'

"నేనూ, నా తరుపున మీ పాప; మీరూ, మీ తరపున మీ యిష్టం! ఖర్చు నాది. మీరు గైడ్, సరేనా?"

అమ్మయ్య! అచల లేదు అనుకోని, "సరే, నేనూ, నా బాబు వస్తాం. హిమాచల్ అంతా చూడాలంటే వారమైనా సరిపోదు. కొన్ని అందమైన, ముఖ్య ప్రదేశాలకు వెళదాము. కానీ దయచేసి అచలకు మన ప్రోగ్రామ్ తెలియవద్దు."

"హిమాచల్ సంగతి చెప్పొచ్చును కదా, మీ ప్రియురాలి సంగతి చెప్పను."

సెలవు తీసుకొని చాలా హుషారుగా త్యాగి వెళ్ళాడు.

***

వినయ విధేయతలు గల్గి కౌమార దశలో వున్న ప్రజ్ఞకు చేయూత నివ్వాలని నిశ్చయించాడు. వీలుచూసుకొని ఆనంద్ కి విషయాన్ని వివరించి కొంత కాలం పాటు రహస్యంగా ప్రజ్ఞకు కూడా తెలియకుండా తోడు వెళ్లమన్నాడు, పరోక్షంగా తండ్రి పాత్ర పోషిస్తున్న కేశవరెడ్డి.

అంగరక్షకుడి సేవ అనుకున్నంత సులువైన పని కాదు. అందునా అటు మేయర్ కుమారుడు, ఇటు నారాయణసేఠ్. దొందూ దొందే!

రెడ్డిసేఠ్ చెప్పిన పని చేయక పోతే కడుపులో పేగులు నకనక మంటాయి.

గొడవ చేసి లాభం లేదు. మన జాగ్రత్తలో మనముండాలి.

ఆనంద్ టి.వి. యస్. బండి వేసుకొని డ్యూటి చేయసాగాడు. రహస్యం ఎన్నాళ్ళూ నిలువ లేదు.

"ఆనంద్ గారు! ప్రతీ రోజు మీరు నా వెనక పడుతుంటే బాగా లేదు." నచ్చని విషయాన్ని నిక్కచ్చిగా చెప్పింది.

'అల్లరి చేసే ఆకతాయి మూకను నిలువునా ప్రశ్నించి ఎదిరించ లేదు కానీ, నన్ను నిలదీస్తున్నది' పైకి అనే సత్తా లేక మనసు లోనే గొణుక్కున్నాడు.

"వేరే ఉద్దేశ్యం ఏమి లేదు మేడమ్ గారు..." అంటూ అసలు విషయం చెప్పేశాడు.

"సేఠ్లకు భయపడి చేస్తున్నారా?"

"కాదు, సేఠ్ పురమాయించిన పని చేస్తున్నాను. ప్లీజ్ మీరు ఏమి తెలియనట్లుగానే ప్రవర్తించండి."

"ఎందుకు?"

"మీ డ్యూటి చేస్తునందుకు ఒక ఇంక్రిమెంట్ వచ్చింది. మా ఇంట్లో మనుషుల సంఖ్య, సంపాదన నిష్పత్తి సరి పాళ్ళల్లో లేదు. మేడమ్, ప్లీజ్."

ప్రాధేయతను మన్నించింది. "నాది కూడా ఒక రిక్వెస్ట్."

"చెప్పండి మేడమ్."

"నాకు టి.వి.యస్. వెహికల్ డ్రైవింగ్ నేర్పించాలి. పెద్దవాళ్ళు సమ్మతించరు, కానీ నేను నేర్చుకోవాలి. ఈ విషయం కూడా రహస్యంగానే వుంచుదాము."

"నేను డ్రైవింగ్ నేర్పించటము, మీరు నేర్చుకోవటం సమస్య కాదు. సేట్లకు తెలిస్తే ఇంతే సంగతులు.

మీకు అందరి ప్రోత్సాహం వుంది. నేను ఆశ్రయం కోరి వచ్చిన వాడిని, ఫలితం ఎలా వున్నా, నా పైన అపవాదు రావద్దు."

"చాలా జాగ్రత్త మనిషివి. అలాగే, నేను హామీ ఇస్తున్నాను."

కృషి వుంటే మనుషులు ఋషులౌతారు, మనఃస్ఫూర్తిగా ఏ పని సాధన చేసినా గెలుపు తథ్యం!

***

గృహకల్ప సూపర్ బజార్ ప్రక్కనే బట్టల దుకాణం ఓనర్ నష్టాల తాకిడికి తట్టుకోలేక రాత్రికి రాత్రే మూటా-ముల్లె సర్దుకునే సమయానికి, ఆనంద్ పసికట్టి, ఇద్దరి సేట్ల చెవిన వూదేశాడు.

భాగస్వాములిద్దరూ సునాయాసంగా బట్టల షాపును తక్కువ రొక్కానికి సొంతం చేసుకున్నారు. ఆనంద్ సమయస్ఫూర్తికి ఎంతో మెచ్చుకున్నారు. పర్యవసానంగా జీతం ద్విగుణీకృతమైంది.

ప్రజ్ఞ ఇంటర్ హ్యూమానిటీస్ గ్రూపులో పూర్తి చేసి, డిగ్రీ జాయిన్ అయింది.

***

అనుకున్న రోజు రానే వచ్చింది. అంతా ప్లాన్ ప్రకారం టాక్సీలో ఉదయం ఆరింటికి బయలుదేరారు. విద్య, ధనం, సంస్కారం కల్గిన స్త్రీతో తన ప్రియురాలి పరిచయం కాబోతున్న ఊహ పిచ్చి సంబరంగా, ఆకాశ వీధిలో రెక్కలు లేకపోయినా ఎగిరే శక్తివంతంగా వున్నది త్యాగి పరిస్థితి.

రమ్యమైన ప్రకృతి. ఆకుపచ్చ కొండలతో కరచాలన స్నేహం చేయాలనే తపన కల్గిన మబ్బులు. చల్లగా, హాయిగా శరీరాన్ని స్పృశిస్తున్న గాలి.

'హిమగిరి సొగసులు, చిగురించు మనసులు' అంటూ కవి సి. నారాయణరెడ్డిగారి సినిమా పాట గుర్తొచ్చింది. సహజమైన సృష్టి అందాల అనుభూతులను ఆస్వాదిస్తూ, కంప్యూటర్ అనాలిస్ట్ తన భర్త లేని లోటును స్మరించుకుంది.

జీవితంలో మలుపు ఒక్కొక్కరికి ఒక్కొక్క రీత్యా గోచరిస్తుంది.

అన్ని వేళల పనులతో నిమగ్నమైన అచల ఇంట్లోనే ఖాళీగా వున్నది. అందరికంటే ఎక్కువ ఆతృత, ఆందోళన కల్గినా, సత్యలీలపై నమ్మకం వున్నా, ఎద స్పందన హెచ్చుతూ ఏమీ తోచని స్థితిలో వున్నది.

సిమ్లా చేరుకున్నారు. విశ్వంతో హనీమూన్ వచ్చినపుడు మంచు కురుస్తుండినది. "విశ్వం, ఎందుకని నన్ను వదిలి పోయావు?" ఎంత వద్దనుకున్నా కళ్లలో కన్నీరు సుళ్ళు తిరుగుతున్నాయి.

అక్టోబర్ నెలలో మంచు లేదు. ఈ సారి సిమ్లా అందంగా లేదు. అంటే ప్రయాణికులకు ఇది సీజన్ కాదు. ఎండాకాలంలో సిమ్లా రావాలని ఎందరో

సురేఖ పులి

యాత్రికులు ప్రయాస పడతారు. అలాటి వారికి కొంత నిరాశే! కురిసే మంచుతోనే ఎంజాయ్మెంట్!

సాయంత్రం చీకటి పడే వేళ మనాలి చేరుకున్నారు. “హైదరాబాద్ మేడమ్ జీ" అంటూ పరిచయం చేశాడు జస్ప్రీత్ ప్రియుడు త్యాగిసోనీ. జస్ప్రీత్ కళ గల వర్చస్సు, పుష్టిగల శరీరం, చెరగని చిరునవ్వు.

ఆవు నేతితో రొట్టెలు, ఛోలే బట్టురే, ఆలుమట్టర్ కూరతో రాత్రి భోజనం ముగిసింది. రాత్రి వేళలో చలి పెరిగింది. పాప సత్యలీలను అంటుకునే వుంది. బాబు మాత్రం జస్ప్రీత్ ఇంట్లో ఫ్రీగా తిరుగుతున్నాడు. తండ్రి రెగ్యులర్గా జస్ప్రీత్ వద్దకు తెస్తాడేమో మరి.

జస్ప్రీత్ తొమ్మిది గంటల ప్రాంతంలో ఇంటిపని పూర్తిచేసి పడుకోవడానికి పక్కలు సర్దింది. కన్నవారిని కాదని వివాహితుడితో లేచిపోయి వచ్చింది. పాపం జస్ప్రీత్! ఎన్ని మాయమాటలు చెప్పాడో, సునాయాసంగా బుట్టలో పడ్డది.

జస్ప్రీత్ కు హిందీ రాదు. అయినా సైగలతో ఏదో చెబుతానే వుంది. ఆ మాటా-ఈ మాటా తర్వాత, “మీ యిద్దరి జంట బావుంది. మీరు ఇద్దరూ కలిసి ఒకే ఇంట్లో వుండండి.”.

“సంఘం పెళ్ళికాని జంటను ఒప్పుకోదు. ఇద్దరి భార్యల పోషణ నాకు భారమే.” మోయరాని బరువు ప్రకటించాడు.

“మీ యిద్దరి భార్యల్లో ఎవరు కావాలో తేల్చుకోండి. మీ కష్టానికి నేను సలహా ఇవ్వగలను.”

“సెకండ్ హ్యాండ్ అని తెలసి కూడా బలవంతంగా, అయిష్టంగా అచలను పెళ్లి చేసుకున్నాను. అమాయకురాలు జస్ప్రీత్ నన్ను నమ్ముకుంది.”

జస్ప్రీత్ కళ్లు తుడుచుకున్నది. "పిల్లల్ని ఏం చేయాలని?" సత్యలీల ప్రశ్న.

"ఏమో తెలియదు." త్యాగి జవాబు.

జస్ప్రీత్ చాలా బాధగా హర్యాని భాషలో మాట్లాడింది. ఎవరికి వారే మౌనంగా వున్నారు.

"నేనొక సలహా ఇస్తాను, వింటారా?" శ్రోతలిద్దరూ వింటామని తల వూపారు.

"అచలకు విడాకులు ఇవ్వండి, పాపను తల్లి దగ్గరే వుండనీ, బాబును మీరు పెంచుకోండి. జస్ప్రీత్ను పెద్దల సమక్షంలో పెళ్లి చేసుకొని ధైర్యంగా జీవించండి."

"అచల వాళ్ళ బంధువులు వూరుకుంటారా?" త్యాగి అనుమానం.

"ఆ భయం మీకు అనవసరం, మీ విషయం చూడండి. జీవితంలో దొంగలా బ్రతకొద్దు. స్వేచ్ఛగా, శాంతియుతంగా, ఎవరిని మోసగించకుండా బ్రతకాలి."

"అనుకున్నంత సులువు కాదు మేడమ్ జీ. అచలతో విడాకులు తీసుకుంటే నేను వాళ్ళ భవిష్యత్ పోషణకై కోర్టు నిర్ణయించిన భరణం చెల్లించాలి. నా వల్ల కాని పని. నేను మామూలు మనిషిని."

"అవునా?

మంచి లాయర్ని సంప్రదించి, ఒక నిర్ణయం తీసుకుందాము."

"సరే, మేడమ్ జీ." జరిగిన సంభాషణ జస్ప్రీత్ కు అర్థమైనట్టుగా చెప్పాడు. పిరికి జంట మౌనంగా ఆలోచించసాగారు.

"ఎంతో కొంత భరణం ఇస్తేనే కోర్టు విడాకులు మంజూరు చేస్తుంది. నేను ఇన్నాళ్ళూ బ్రతకలేక బ్రతుకుతున్నా. నేను ఒక్క పైసా కూడా అచలకు ఇవ్వను." రెట్టింపు గొంతుతో అన్నాడు.

సత్యలీల మనసులో అసహ్యం పేరుకుంది. ఏం మనిషి? అచల ఆస్తి నాశనం చేసి ఇప్పుడు చేతులు దులుపుకుంటున్నాడు.

"సరే, మ్యూచువల్ డివోర్స్ పెడదాము. మరి లాయర్ ఖర్చులకు డబ్బులు జమా చేయండి. మనకు అనువుగా వున్న లాయర్ని చూద్దాం."

***

"మన కోసం ఒక ఇల్లు కొనలేక పోయారు. ఎంతసేపు బిజినెస్, లాభాలు. ఎన్నాళ్లు కిరాయి ఇల్లు?"

ప్రమీల కోరిక నెరవేరే దారి లేక పోయింది. స్వంత ఇంటి కల నెరవేరాలని సమయావకాశం చూసి, "కేశవగారు, మా ఆయన అనుకున్నవన్నీ అంటే ప్రజ్ఞ ఆరోగ్యం, చదువు అన్నీ సాధించారు. కానీ ఎందుకో ఇల్లు కొందాము అంటే మాట దాటేస్తారు."

ప్రమీల ఇచ్చిన కాఫీ తాగి, కప్పు ప్రక్కనే వున్న బల్ల పైన పెట్టి "నారాయణ తన వంతుగా జీతం తీసుకుంటున్నాడు కానీ వచ్చే లాభాల్లో వంతు తీసుకోక అంతా బిజినెస్ అభివృద్ధి కార్యక్రమంలోనే వెచ్చిస్తున్నాడు. నేనూ నామమాత్రంగానే వున్నాను."

"అదే మాట నాతో చెప్పాలి కదా. నా మనసు కుదుట పడేది."

"ప్రజ్ఞ పెళ్లి విషయంలో బాగా దెబ్బ తిన్నాడు. అందుకేనేమో ప్రతీ పనిలో పట్టుదల రెట్టింపైంది." స్నేహితుడికి మద్దతు పలికాడు కేశవరెడ్డి.

"అవును, మా వారి పట్టింపు సరే, ప్రజ్ఞ చాలా వరకు కోలుకున్నది. ఈ మార్పునే మేము ఆశించాము."

"ప్రమీలమ్మా, నీతో ఒక విషయం చెప్పాలి, మీరు అన్యథా అనకోవద్దు."

"ఫరవాలేదు చెప్పండి." ప్రమీలకు ఆసక్తి పెరిగింది.

"నారాయణతో ముందే అన్నాను కానీ ఒప్పుకోవటం లేదమ్మా. నాకు సంతానం లేరు. నేను ఒక్కడినే, ఎంత నౌకర్లు వున్నా, ఇల్లు కళ తప్పినట్టే వుంది. మీరు ఈ ఇల్లు ఖాళీ చేసి మా ఇంట్లోకి మారితే, నాకు తృప్తిగా వుంటుంది."

"రెడ్డీ సేర్! నేను కొత్త ఇల్లు కొనాలని అనుకున్న మాటను మీరు అపార్థం చేసుకున్నారు." నొచ్చుకుంది ప్రమీల.

"అమ్మ! అమ్మా! నాది సదుద్దేశ్యం, మీరు అన్యధా అనుకోకండి. నా మాటలను వెనక్కి తీసుకుంటాను. నారాయణ నాకు తోబుట్టువు లాంటి వాడు, ప్రజ్ఞకు నేను పెదనాన్నగా భావిస్తాను. ఇంత వరకు మా వ్యాపారంలో మాకు ఎటు వంటి పొరపొచ్చాలు లేవు. వుండవు కూడా..." సంజాయిషీ ఇచ్చుకున్నాడు కేశవరెడ్డి.

ప్రమీల తనలో తానే ఇబ్బందిగా "ఫర్వాలేదు, ఇట్లాంటి విషయాలు నాకు తెలియవు, మీరు ఆయన్ను సంప్రదిస్తే మంచిది." మారు మాట్లాడక వెళ్ళి పోయాడు కేశవరెడ్డి.

రాత్రి భోజనాల సమయంలో ప్రమీల నారాయణతో జరిగిన సంఘటన చెప్పింది.

నారాయణ జవాబు యింకా రానేలేదు. ప్రజ్ఞకు తొందర హెచ్చింది.

"అమ్మా, కేశవరెడ్డి గారు నిజంగానే నాకు పెదనాన్న వలెనే అనిపిస్తారు. వారి మాటలను పెడార్థం తీసుకోవద్దు. వారికి మాత్రం ఎవరున్నారు? మనం అందరమూ కలసి ఒకే ఇంట్లో వుంటే తప్పేంటి?"

"నేనేమన్నాను, పెద్ద నిర్ణయాలు ఇంటి పెద్ద వాళ్లు ఆలోచించాలి, నాన్న సమాధానం చెప్పాలి, నేను కాదు."

“ఎంత స్నేహితుడైనా లిఖిత పూర్వకంగా ఒప్పందం కుదిరిన తరువాత మనం నిర్ణయం తీసుకుందాం.” నారాయణ చెప్పాడు.

“నాన్నా, కేశవరెడ్డి గారు చాలా మంచి వారు. మనను ఆపదలో ఆదుకున్నారు. అలాటి మిత్రులు చాలా అరుదు. ఒంటరితనం భరించలేక మనని సాయం కోరుతున్నారు.”

“అందరూ మంచి వాళ్ళే, కానీ పరిస్థితులు మనిషిని కలుషితము చేయవచ్చును.”

చాలా సేపు మౌనంగానే గడిచింది. కాని అందరి మనసుల్లో ప్రశ్నాజవాబుల పరంపర నడుస్తూనే వుంది.

***

తెల్లారింది. తిరుగు ప్రయాణం. టాక్సీ ఎక్కుతూ “మేడమ్ జీ, విడాకులు దొరికే వరకు అచలతో చెప్పకండి. ఆమెకు మా కుటుంబ పెద్దల అండదండలు వున్నాయి. పెద్దల కోర్కె ప్రకారమే నన్ను పెళ్లి చేసుకుంది.” సంజాయిషి ఇచ్చాడు.

“అలాగే.” అన్ని లొసుగులు తనలోనే పెట్టుకొని, అన్యాయంగా ఒక స్త్రీని అబలగా మార్చాడు.

“మరోమాట, మీరు లాయర్తో మాట్లాడి మాకు అనువుగా తీర్పు ఇప్పించండి.” జేబులోనుండి ఐదు వేలు సత్యలీల చేతిలో పెడుతూ, “ఇవి విడాకుల ఖర్చుల మేరకు వుంచండి.” అర్థిస్తున్నాడు జీవితాలతో చెలగాటం ఆడిన జిత్తులమారి.

జస్ప్రీత్ అందుకుంది, “మేము సామాన్యులము, కోర్టు ఖర్చులు మా అందుబాటులో వుండేలా...” త్యాగి హిందీలో తర్జుమా చేసి వాక్యాన్ని పూర్తి చేశాడు.

డబ్బును బ్యాగ్లో పెట్టుకొని, 'చాలు' తనకు ఏ విధంగా జవాబు కావాలో అదే రీత్యా ప్రోగ్రామ్ను తయారుచేసింది, సత్యలీల.

ఫోన్లో సత్యప్రకాష్ కు జరిగిన సంగతి, కొత్తగా బొటిక్ ఓపెన్ చేయాలనుకున్న విషయాలు వివరించింది.

***

త్యాగిసోని అనుమానంగా విడాకుల డాక్యుమెంట్స్ అచల చేతిలో పెట్టి, సంతకం కోసం వేచి ఉన్నాడు.

ఏంటని కొత్తగా అడిగింది. విడమర్చి చెప్పాడు. ఆలస్యం చేస్తే మనసు మార్చుకుంటాడేమో అనే భయంతో మారు మాట్లాడక సంతకం పెట్టింది. పంజరం నుండి విముక్తి దొరుకుతున్న తొందరపాటు.

త్యాగి చాలా సంతోషపడ్డాడు. ఆ డాక్యుమెంట్లోని ఒక ముఖ్యమైన అంశాన్ని రహస్యంగా వుంచాడు. విడాకుల అనంతరం అచలకు గాని, ఆమె కూతురు జ్వాలకు గాని ఎటువంటి భరణం చెల్లించే అవసరము లేదు.

ప్రశాంతమైన జీవితము కోరుకుంటున్న అచలాదేవికి విడాకుల డాక్యుమెంట్లోని ప్రతీ అంశాన్ని వాటి అర్థాన్ని ముందే సత్యలీల తెలియజేసింది.

ఎవరి గమ్యం వైపు వాళ్ళు సాగారు. ఒక్క సారిగా భోరుమంది అచల. సత్యలీల ఏడ్పును ఆపలేదు. మనసులో బాధ కరిగి పోతేనే ధైర్యం వస్తుంది.

జీవన సమరంలో ప్రధానంగా కావల్సిన ఆయుధమే ధైర్యం. ఒక స్త్రీ మరొక స్త్రీకి ఆధారం కల్పించింది.

***

కేశవరెడ్డి నారాయణతో మాటలు తగ్గించాడు. గృహకల్ప షాపు ప్రక్కనే తీసుకున్న షాపు పునఃనిర్మాణ పనులతో కొత్త బిజినెస్ మొదలు పెట్టాలి. తప్పదు మాట్లాడుకోవాలి.

ఆదివారం ప్రొద్దున్నే నారాయణ ప్రజ్ఞా, ప్రమీలను తోడు తీసుకుని కేశవరెడ్డి ఇంటికి వచ్చారు.

శివయ్య ఇచ్చిన అల్లం టీ తాగాక, "పెదనాన్న, ఈ రోజు నేను వంట చేస్తాను, ఇక్కడే అందరమూ భోజనం చేద్దాం."

"నాకైతే సమ్మతమే, మా తమ్ముడు, మరదలు ఏమంటారో?"

"ప్రజ్ఞ మాట కాదన లేము." ప్రమీల నవ్వుతూ సమాధానం ఇచ్చింది.

శివయ్య పెరట్లోని కూరలు తెచ్చాడు. తల్లీ కూతుళ్ల పాకం, వంటింట్లో సందడి!

"చాలా ఆనందంగా వుంది నారాయణా." తృప్తిగా అన్నాడు కేశవరెడ్డి. అవునని తలాడించాడు.

దినపత్రిక చదవటం పూర్తి చేసి, నారాయణ అన్నాడు, "జనరల్ స్టోర్ ఇంకాస్త విస్తరించే బదులు కొత్త షాపులో బట్టలు అమ్మటం, కుట్టటం లాంటి వ్యాపారం పెడితే కొంత బిజినెస్లో కొత్తదనం, కొంత లాభాలు కూడా పెరుగుతాయేమో."

"ఆలోచన బాగానే వుంది కానీ అమలు చేయడానికి సమయం పట్టొచ్చు."

"ఆనంద్ వంటి నమ్మకమైన వారిని పెట్టుకొని కొంత మన ఆధ్వర్యములో..."

"సరే, మన శ్రమ 'కొంత' సరిపోదు, ఇద్దరమూ పూర్తి సమయం కేటాయించాలి." రెడ్డి అన్నాడు.

"అమ్మ సాయంతో వంట చేశాను పెదనాన్న" ప్రజ్ఞ గర్వంగా చెప్పింది. తరుముకొస్తున్న ఆకలి ముందు ఆలోచన తగదు.

"ఓఫ్! అన్నీ నోరూరించే భోజన పదార్థాలే! పుదీనా పచ్చడి, వంకాయ వేపుడు, మిరియాల చారు, చింతకాయ-బచ్చలి పప్పు, పెరుగు, వేడివేడి అన్నం". కేశవరెడ్డి కడుపులో ఆకలి రెండింతలు పెరిగింది.

కొత్త షాపు పునఃనిర్మాణం పనులు సాగుతున్నాయి. మంచి రోజు చూసుకొని నారాయణ కేశవరెడ్డి ఇంట్లోకి మారారు.

కేశవరెడ్డి భార్య కల్పన బ్రతికున్న రోజుల్లో ఎన్నో ఆశలతో పెద్దిల్లు కట్టుకున్నాడు.

అన్ని సదుపాయాలు సౌకర్యంగా వున్నాయి. ఇంటి చుట్టూ మొక్కలు, శివయ్య కోసం రెండు గదుల చిన్ని ఇల్లు.

కానీ తన కంటూ కళత్రం, సంతానం లేని లోటును భాగస్వామిని తమ్ముడి వరుస కలుపుకుని కలిసి పోయాడు, మిత్రుడు.

కేశవరెడ్డి వున్న కారు మార్చి కొత్త పెద్ద కారు కొన్నాడు. అందరూ కల్సి పంచముఖ ఆంజనేయస్వామి దేవాలయం వెళ్లి పూజలు చేయించారు.

ఇంటికి వస్తున్న దారిలో నారాయణ అన్నాడు. "వీలు చూసుకొని నాకు మన దేశంలో ప్రసిద్ధి చెందిన శివాలయం చూడాలని వుంది."

"సేఠ్జీ... నాకు తెల్సి రెండు ఉత్తర భారత్ లో వున్నాయి. ఒకటి జమ్మూ లోని అపురూపమైన మంచు శివలింగం అమర్నాథ్ గుహ, హిందువుల పుణ్యక్షేత్రం." ఆనంద్ డ్రైవ్ చేస్తూ అన్నాడు.

కేశవరెడ్డి అందుకొన్నాడు "మరొకటి శ్రీఖండ్మహాదేవ్. హిందూ పురాణాలలో ప్రసిద్ధి చెందిన శివాలయం. హిమాచల్ ప్రదేశ్ భూభాగంలోని సహజ ప్రకృతి దృశ్య అద్భుతం. హిమాలయ పర్వత శ్రేణుల మంచుతో కప్పబడిన శిఖరం!"

ప్రమీల, "రెండో ఆలయము గూర్చి అంత తెలియదు కానీ అమర్నాథ్ తీర్థయాత్ర, మంచు శివాలయం విన్నాం."

"ఆనంద్, ఇక్కడ కారు ఆపు, భోజనాలు చేద్దాం." దారి లోని గోపి హోటల్లో తృప్తిగా భోజనాలు చేశారు.

ఇంటికి వచ్చి, సూర్యాస్తమయ వేళ ఈజీ చైర్లల్లో వ్యాపారస్తులిద్దరూ ఇంటి ముందున్న పూల చెట్ల ఆవరణలో కూర్చున్నారు.

ప్రజ్ఞ యిలాచి టీ యిచ్చింది. అక్కడక్కడా తెల్లటి మబ్బుల ఆకాశం, చల్లటి గాలి. "రెడ్డీ, ఇంతటి ప్రశాంత జీవితం నీ స్నేహం వల్లనే దక్కింది."

"నీ ధృడ నిశ్చయం, కార్యదీక్ష ముందు... తరువాతనే స్నేహం!

నారాయణా నాదొక విన్నపం."

"చెప్పు రెడ్డి"

"మీ తీర్థయాత్ర కంటే ముందు ప్రజ్ఞ పెళ్లి మాట చూద్దాం."

"నేను ఒకట్రెండు మార్లు అడిగి చూశాను. ఇప్పుడే పెళ్లి వద్దంటున్నది."

"ఈ ఏడుతో డిగ్రీ అయిపోతుంది. మనం సంబంధాలు చూస్తుంటే సరి, మనకు నచ్చిన తరువాత కదా ప్రజ్ఞాను అడిగేది."

"ఏమో, దాన్ని నొప్పించటం నాకు నచ్చదు. అయినా నీ మాట కూడా సబబే."

ప్రమీల వత్తిడి రోజు రోజుకూ పెరుగుతున్నది. "అమర్నాథ్ తీర్థయాత్ర వెళ్ళి, ఆ పరమేశ్వరుని వేడుకుందాము. మంచి అల్లుడు వెతుక్కుంటూ వస్తాడు."

ఆబిడ్స్ లోని ట్రావెల్స్ అండ్ టూర్స్ కన్సల్టెన్సీ ని సంప్రదించి, ప్రమీలా నారాయణ టిక్కెట్స్ బుక్ చేసుకున్నారు.

***

"నమస్తే ఆంటీజీ" సత్యలీల, అచల కలసి ఇంటి ఓనర్ శారద మెహతా గారి వద్దకు వచ్చారు.

“నమస్తే, లోపలికి రండి” అని గౌరవ పూర్వకంగా హిందీలో ఆహ్వానించింది.

ఎంతో ఖరీదైన ఫర్నీచర్తో విశాలమైన గదులు. ఇల్లంతా పరిశుభ్రంగా వుంది. రిటైర్డ్ ఆర్మీ ఆఫీసర్ ప్రతాప్ మెహతాగారు టీవి చూడ్డం మానేసి, నవ్వుతూ లేచి నిలబడ్డారు.

అచల హర్యాన్విలో కొంత సేపు మాట్లాడింది. పనిమనిషి ఖారా బూందీ, పెటా స్వీట్ (బూడిద గుమ్మడి కాయ హల్వా), టీ అన్నీ ఒకే సారి తెచ్చి పెట్టింది. స్వీట్, హాట్ తింటే టీ చల్లబడి పోతుంది. ఐనా సరే, దేని దారి దానిది.

“తీసుకోండి.” శారదగారు రౌండ్ టేబల్ వైపు జరుపుతూ అన్నది.

ఒక చేత్తో టీ తాగుతూ మరో చేత్తో స్వీట్ తింటూ వున్నారు అచల, శారద గారు.

ఇదేదో నచ్చలేదు సత్యలీలకు. వేడివేడి టీ తాగుతూ, స్వీట్ ఎట్లా తినాలి? ఒక స్పూన్ బూందీ తిని, టీ తీసుకుంది.

“మీఠా లీజియే” పెటా స్వీట్ ప్లేట్ సత్యలీలకు ఇచ్చింది. హిందీలో యిబ్బందిగా అన్నది “నేను టీ తాగుతూ స్వీట్ తినలేను ఆంటీజీ.”

“కోయి భాత్ నహి,” అంటూ తానే స్వీట్ తినేసింది.

మళ్ళీ హిందీలోనే మాటలు కొనసాగాయి.

“ఆంటీ, అచలకు విడాకులు జరిగాయి. త్యాగిగారు శాశ్వతంగా ఈ ప్రదేశాన్ని వదిలి వెళ్లారు. అచల, పాప ఉంటున్నారు.”

“అవునట, త్యాగిజీ వెళ్లేముందు మమ్మల్ని కలిసి విషయం చెప్పారు, ఫర్వాలేదు. మనసులు కలవనప్పుడు, విడిపోవటమే సబబు.”

ప్రతాప్ మెహతాగారు నోరు విప్పారు “మాకు అమ్మాయిలు లేరు, అచల మా కూతురు అనుకుంటాము. ఏమి శోచనేకా పని లేదు.”

వాళ్ళ ఆప్యాయతకు అచల కళ్ళు చెమర్చాయి. రెండు చేతులెత్తి నమస్కారం చేసింది.

***

ట్రావెల్స్ అండ్ టూర్స్ ఇచ్చిన బ్రోచర్ చదువుతున్నది ప్రజ్ఞ. అమర్నాథ్ గుహలో ఏర్పడే మంచు లింగాన్ని దర్శించేందుకే ప్రతీ సంవత్సరం అధిక సంఖ్యలో ఎన్నో సవాళ్ళతో అమర్నాథ్ యాత్ర చేస్తుంటారు భక్తులు.

ఈ క్షేత్రానికి జమ్మూ-కాశ్మీర్ లోని పహల్గాం గ్రామం నుంచి వెళ్ళాలి. ఈ గుహ చుట్టూ ఎత్తైన మంచుకొండలు ఉంటాయి. అమర్నాథ్ కొండలు వేసవి కాలంలో తప్ప మిగిలిన సంవత్సరమంతా మంచుతో కప్పబడే ఉంటాయి.

అమర్నాథ్ గుహలోని మంచు శివలింగం, లోపల నీటి చుక్కలతో నిలువుగా లింగాకారంలో మంచు గడ్డ కడుతుంది. పంచభూతాల రూపాల్లో శివుడు ఉంటాడనే హిందువుల నమ్మకం. అందుకే ఇక్కడ శివుడు జలరూపంలో ఉన్నాడని భక్తులు శ్రమ పడి, ఈ పుణ్యక్షేత్రానికి వస్తారు.

ప్రతీ యేటా మే నెల నుంచి ఆగస్టు వరకు హిమాలయాలలో మంచు కరగడం వల్ల ఈ పుణ్యక్షేత్రం సందర్శనకు వీలుగా ఉంటుంది. ఈ లింగం వేసవిలో చంద్రుని కళల ప్రకారం పెరుగుతూ, తగ్గుతూ ఉంటుందని విశ్వసిస్తారు.

కళ్ళకు కనపడుతున్నట్లు భక్తితో చదివింది.

అమ్మానాన్నలు తనను కూడా తోడు రమ్మంటే బాగుండును. అసలు ఒక్క సారి కూడా తన ప్రస్తావనే రాలేదు. ప్రజ్ఞ మనసు తొలుస్తుంది.

ఆ మాటే వీలు చూసుకొని పెదనాన్నను అడిగింది. “వాళ్లు వెళ్ళనీ తల్లీ, మనం వచ్చే యేట వెళ్దాము.”

పసిపాప వలె మారము చేసే వయసు కాదు కనుక, సరేనంది; కానీ తల్లిదండ్రుల ప్రయాణ సమయాన దుఃఖం ఆగక ఏడ్చేసింది. “మిమ్మల్ని వదిలి ఒక్కరోజు కూడా లేను.”

తల్లి ఓదార్చి, “మహా ఐతే ఇరవయి రోజుల ప్రయాణం, పెదనాన్నకు మంచి ఆరోగ్యమైన భోజనం పెట్టు, కొత్త మొక్కలను జాగ్రత్తగా చూసుకో, కాలక్షేపానికి సితార్ ఉండనే వుంది.”

తండ్రి దగ్గరగా తీసుకుని, “ప్రజ్ఞా, నా బంగారం! నువ్వు పెద్దదానివి అయిపోయావనుకున్నాను, కానీ యింకా చిన్న పాపవే! కళ్ళు తుడుచుకో.

మాకు మంచి అల్లుడు రావాలని, ఒక్కసారి ప్రత్యక్షంగా ఆ భగవంతుడిని వేడుకోవాలని మా యాత్ర. అంతే గానీ ఏదో పుణ్యం రావాలని, స్వర్గానికి వెళ్ళే కోరిక కాదు కన్నమ్మా!”

కూతురు బయటకు చెప్పగల్గుతుంది, తల్లిదండ్రులు మనసులో ఇముడ్చు కున్నారు. ఎడబాటు ఇద్దరికీ సమానమే.

అమర్నాథ్ గుహలోని మంచు శివలింగం దర్శన భాగ్యం కల్గింది. తమకు తెలియకుండానే ఏకధాటిగా కన్నీళ్ళు కారుతూనే ఉన్నాయి, చేతులు జోడించి వున్నా తనువు, మనసు శివునిలో ఐక్యమైనాయి.

భక్తి పారవశ్యము ఒక వర్ణనాతీతమైన అనుభవం. మనసులోని కోర్కెలు మనసులోనే వుండి పోయాయి, వెలికి వచ్చే అవకాశం రాలేదు. ఈ జన్మకిది చాలు అనుకున్నారు భక్తులు.

తిరుగు ప్రయాణం. భద్రతా దళాలు వున్నా, అధిక ఎత్తులో ఆక్సిజన్ గాఢత తక్కువ వుండుట వలన వూపిరి ఆడక యాత్రికుల్లో కొందరు ప్రాణాలు కోల్పోయారు.

ప్రమీలా నారాయణల జంట కూడా మరణించిన జాబితాలో వున్నారు.

***

“థాంక్స్ అంకుల్ జీ."

"ఆంటీజీ, అచల ఇప్పుడున్న ఇల్లు ఖాళీ చేసి, నాతో పాటే ఉంటుంది. ఎందుకంటే, బట్టలు కుట్టినా వచ్చే రాబడి ఇంటి ఖర్చులకే సరిపోతున్నది. అందుకని ఒక నెల ముందే మీతో చెపుతున్నాము.”

ఇరువురి ముఖాల్లో చిరునవ్వు ఎగిరి పోయింది. “అదెలా కుదురుతుంది, ఖాళీ చేస్తే సరే, కానీ మీ వద్ద వుంటే, మీరు రెండింతలు అద్దె కట్టాలి.”

“రెండింతలు కిరాయి కాకుండా, ఒక వెయ్యి పెంచుతాము,”

“లేదమ్మా, మేము నష్ట పోతాము. అంతగా భరించలేక పోతే కిరాయి తక్కువ వున్న ఇల్లు చూసుకొని అచల వెళ్ళి పోవచ్చును.”

“ప్లీజ్ ఆంటీజీ, వేరే ఇల్లు అంటే అచలకే కాదు నాక్కూడా అభ్యంతరమే.”

అచల సౌమ్యంగా అంది "ఆంటీజీ, మీరే అన్నారు కదా, నేను మీ కూతురు లాంటి దానినని, నా బిజినెస్ లాభాల్లో రాగానే నేను పూర్తి అద్దె యిస్తాను. అంత వరకు సర్దుకోండి."

"అవును, నువ్వు మా కూతురు లాంటి దానివే, కాదన లేదు. పెళ్లి అయిన తరువాత పైసల విషయంలో మా కన్న కూతురైనా కిరాయి కట్టాల్సిందే."

కొన్ని క్షణాలు అందరూ మౌనంగా వుండి పోయారు. ప్రతాప్ మెహతాగారు, "బేటీ, మాటలు పెంచి టైమ్ వేస్ట్ చేయకండి. మాకు రెండు కిరాయి లు కావాలి, లేకుంటే మీరు ఖాళీ చేయవచ్చు."

"అదే, అంకుల్ జీ , నా పోర్షన్ ఖాళీ ఐన వెంటనే మీరు వేరే ఎవరికైనా రెంట్ కు ఇవ్వండి, నేను సత్యాగారి ఇంట్లో సర్దు కుంటాను. మీకు రెండు పోర్షన్ల రెంట్ వస్తుంది."

"అట్లా కుదరదు. సత్యలీల అగ్రీమెంట్లో తాను ఒక్కతే వుంటా అన్నది, ఇప్పుడు వేరే ఎవ్వరూ జత చేరినా డబల్ కిరాయి యివ్వాలి."

"యే మాటా నెల ముందే చెబితే మేము టులెట్ బోర్డు పెట్టుకుంటాము." ఆంటీ వంత పలికింది.

ఏం మనుషులు?

ఓనర్ పెన్షన్ డబ్బులు, కొడుకు నేవీ ఆఫీసర్, మంచి జీతం. ఆర్మీ కాంటీన్ ఇచ్చే సబ్సిడీ సరుకులు, ఇంటి ఖర్చులు తక్కువ. కొన్నాళ్లు అచేతన స్త్రీకి సాయ పడలేరా?

కుంచిత స్వభావాన్ని మనసులోనే చీదరించుకుని. "ఓకే ఆంటీజీ, మేము ఏ సంగతి చెబుతాము." అంటూ లేచి వెళ్లారు.

***

డిగ్రీ చదువుతూనే సితార్, స్కూటీ డ్రైవింగ్ నేర్చుకుంది ప్రజ్ఞ.

"ప్రజ్ఞా, నీకు పెళ్లి జరిపించాలని అనుకుంటున్నాను. నీకు ఎలాంటి అబ్బాయి కావాలో... అంటే ఏం చదువు కోవాలి? ఏ ప్రాంతంలోని వాడైతే నీకు యిష్టం? పెద్ద కుటుంబమా, చిన్న కుటుంబమా... వంటి ప్రశ్నలకు నీ సమాధానం కావాలి." తండ్రి పాత్ర నిర్వహిస్తున్న కేశవరెడ్డి అడిగాడు.

"పెదనాన్నా, నాకు పెళ్లి గురించి ఎటువంటి కోరిక, అభిప్రాయము లేదు." క్లుప్తంగా జవాబు వచ్చింది.

"కోరికా, అభిప్రాయమూ లేవు... కాని మీ నాన్నకు నేను అన్నను. నాకు నీ పెళ్లి చేయాలని, చూసి ఆనంద పడాలని నా కోరిక. నాకు నువ్వు తప్ప వేరే నా వాళ్ళు ఎవ్వరూ లేరు.

నా ఇంట్లో పసిపాపలు పుట్టాలని, ఇల్లంతా పాకుతూ, ఆడుతూ కేరింతలు కొట్టాలని వుంది. తండ్రిగా నా కోరిక తీరలేదు. కనీసం తాతగా పసిపాపలు నా భుజాన ఎక్కితే, నువ్వు గోరు ముద్దలు తినిపించాలి...నా వీపు పైన గుర్రం స్వారి చేయాలి... నా ఈ చిన్న కోరిక వూహల్లోనే కరిగి పోవాలా తల్లీ?" భావోద్వేగం ఆగలేదు.

"పెదనాన్నా, నాకు-మీరు, మీకు-నేను వున్నాము. మన మధ్యలో వేరొకరు వస్తే మన జీవితాల్లో ఎలాంటి తుఫాను చెలరేగుతుందోనని భయం. ప్రశాంతంగా గడిచే జీవితాన్ని కెలకటం ఎందుకని నా ఆలోచన, అంతే కానీ మిమ్మల్ని యిబ్బంది పెట్టే మనసు కాదు."

"నీకు ఎలాంటి భయాలు వద్దు. మనకు అన్ని విధాలా సరితూగే అబ్బాయిని వెతుకుతాను. మనిద్దరికి నచ్చిన సంబంధమే చూస్తాను. సరేనా?"

"నాకు నచ్చాల్సిన విషయం ముఖ్యం కాదు, మీకు నచ్చాలి; అంటే, ఒక అల్లుడు మాత్రమే కాదు, ఈ ఇంటి బాధ్యతను ఒక కొడుకు వలె ఆస్వాదించాలి.

అట్టి అర్హతలు కల్గిన వ్యక్తి, మనలో కలిసి పోయే సహృదయత గల వారు దొరకటము కష్టమే. అందుకే నేను పెళ్లి గురించి ఎటువంటి అభిప్రాయం పెట్టుకోలేదు."

"సరే, నువ్వు చెప్పావు కదా, నా ప్రయత్నం నేను చేస్తాను."

లోకం పోకడ తెల్సిన మనిషి కేశవరెడ్డి. మంచి యోగ్యత గల అబ్బాయి కోసం వెతకటము మొదలైనది.

ఈ సాహస కార్యక్రమంలో కల్పన లేని లోటు తెల్సి వచ్చింది. కల్పన వుంటే ప్రజ్ఞకు సులభంగా పెళ్లి సంబంధం చూసేదేమో... ఆరు నెలలైనా అబ్బాయి కోసం వేట ఆగిపోలేదు.

***

ప్రతీ రోజు ఒక మారు సితార్ వాయించే ప్రజ్ఞ, ఆ రోజు కొంచెం ఎక్కువ సేపు వాయిస్తూ వుంది. కళ్ళు మూసుకునే వున్నా చేతి వేళ్ళు స్వరాలను పలికిస్తున్నాయి.

పరోక్షంగా కిటికీ చాటుగా ఆనంద్ ప్రజ్ఞ సంగీతాన్ని వింటున్నాడు.

కేశవరెడ్డి ఇంట్లోని మొక్కలను గమనిస్తూ, ఇంటి చుట్టూ ఉదయం, సాయంత్రం వాకింగ్ చేసే ప్రక్రియలో ఆనంద్ భుజం తట్టాడు.

"ఆనంద్... సంగీతం వినాలంటే రూమ్ లోకి వెళ్ళి విను, ఇలా దొంగ చాటున వినే దుస్థితి ఎందుకు?" ప్రశ్నించాడు కేశవరెడ్డి.

"సారీ సేర్జీ, ప్రత్యక్షంగా వింటే ప్రజ్ఞా మేడమ్ మనసులోని భావనలు తెలియవు. ఇట్లా చాటుగా వింటే ..."

"ప్రజ్ఞ భావనలతో నీకేం పని?" కొంచం కటువుగా అన్నాడు యజమాని.

ఆనంద్ తలవంచుకుని "సేర్జీ... సార్..., నేను ప్రజ్ఞగారిని ఇష్ట పడుతున్నాను, మీ ఇద్దరి మనసులో నా పట్ల ఎలాటి అభిప్రాయం వుందో తెలియదు.

ప్రతీ ఆదివారం న్యూస్ పేపర్లో మీరు మాట్రిమోనల్స్ ఏకధాటిగా చూస్తుంటే..., నా అభిప్రాయం మీకు చెప్పాలని..." మనసులోని కోరికను బయటకు రానిచ్చాడు.

కేశవరెడ్డి ఆశ్చర్యం నుండి తేరుకొని, "ఆనంద్, ఎప్పుడూ ఒక్కసారి కూడా నువ్వు బయట పడలేదు. కనీసం ప్రజ్ఞకు తెలుసా నీ మనసులోని మాట..."

"లేదు, తెలియదు. తిరస్కరణ ఎదుర్కోవడము కంటే మౌనం శ్రేయస్కరం అని నేను ఊరుకున్నాను."

"మీ ఇంట్లో వాళ్ళ సమ్మతి తీసుకో..."

"అమ్మానాన్నలు లేరు. ఇద్దరలక్కల పెళ్ళిళ్ళు జరిగాయి. నేను ఎక్కువ టైమ్ ఇక్కడే గడుపుతాను కదా సర్."

"మంచిది, నేను ప్రజ్ఞను అడిగి, నీకు యే సంగతీ చెబుతాను."

***

అన్నా వదినలకు ఫోన్ ద్వారా వేరే ఇల్లు మారుతున్నామని చెప్పింది. వాళ్ళు వేరే ఇల్లు ఎందుకు, ఆ అమ్మాయిని తీసుకొని హైదరాబాద్ వచ్చేస్తే సంతోషిస్తామన్నారు.

"మరి అచల, ఆమె పాప మనతోనే వుంటారు. మీకు సమ్మతమేనా?"

"ఇన్ని రోజులైనా మాకు పిల్లలు లేరు. మనింట్లో సందడి మాకు సంతోషమే."

"అన్నా, మీ గొప్ప మనసుకి చాలా థాంక్స్."

"ట్రైన్ కంటే ఫ్లయిట్ లో తిరుగు ప్రయాణం బెట్టర్" సత్యప్రకాష్ సలహా యిచ్చాడు.

"సరే, వీలును బట్టి చూస్తాను. నాదొక చిన్న రిక్వెస్ట్ ......"

"చెప్పమ్మా."

"నువ్వూ వదినా ఇక్కడికి రండి, మనమందరము కల్సి కట్రాలోని 'శ్రీవైష్ణవీదేవి' మందిరం చూద్దాము, అలాగే రిటర్న్ జర్నీ లో మీతో పాటే హైదరాబాద్ వచ్చేస్తాను."

"ఐడియా బాగానే వుంది, నా ఫ్రెండ్ సర్దార్ శరణ్ జీత్ గారిని కూడా మన వెంట రమ్మందాము. మనకు తోడుగా వుంటారు. సరేనా."

విడమర్చి అచలకు సంభాషణ తెలిపింది.

"మేడమ్ జీ మీ ఫ్యామిలీ అంతా విశాల హృదయులే." అని అచల సత్యలీలను కౌగలించుకుని భుజం మీద ముద్దు పెట్టుకుంది.

రెండేళ్ల వ్యవధిలో సత్యలీల హోమ్ టౌన్ కు తిరుగు ప్రయాణం. సత్యలీల ఎంతో మన్నికైన కొన్ని డ్రెస్సెస్ కొనుక్కుంది.

"అచల మనం హైదరాబాద్లో బొటిక్ పెట్టి బిజినెస్ మొదలు పెడితే, డ్రస్ మెటీరియల్ బట్టలు ఇక్కడి నుండే బల్క్ లో ఆర్డర్ చేద్దాం.

"ఇక్కడ ఏమీ లేవు, సత్యాజీ. లూధియానా, జలంధర్, అమృతసర్ అటు సైడ్ అంతా యింకా చాలా బాగుంటాయి."

"అవునా, మరి అక్కడ నీకు ఎవరైనా తెల్సిన వాళ్ళు వుంటే, వాళ్ళ అడ్రెస్లు, ఫోన్ నెంబర్లు తీసుకుని జాగ్రత్త చేయి."

"అలాగే, అడ్రెస్లు, ఫోన్ నెంబర్లు రాసుకొని, ఇద్దరికీ కలిపి ఒక డైరీ పెడతాను."

సురేఖ పులి

***

అనుకున్న ప్రోగ్రామ్ ప్రకారం జమ్మూ కాట్ర వద్ద గల శ్రీవైష్ణవీ దేవి మందిరానికి రెండు ట్రావెల్లింగ్ టెంపోలు బుక్ చేశారు. ఒకటి సర్దార్ శరణ్ జీత్ గారి ఫ్యామిలీ, మరో టెంపోలో సత్యప్రకాష్, జగదాంబ, సత్యలీల, అచల, జ్వాల.

సత్యలీల దారిలో ట్రావెల్లింగ్ ఏజెన్సీ వాళ్లిచ్చిన బ్రోచర్ తీసుకుని చదవడం మొదలు పెట్టింది.

శ్రీవైష్ణవీదేవి ఆలయం ఉత్తర భారత్ లోని జమ్మూకు సుమారు 65 కిలోమీటర్ల దూరంలో ఎత్తైన హిమాలయ పర్వత ప్రాంతంలోని త్రికూట పర్వత శ్రేణిలో ఉంది. వైష్ణోదేవి ఆలయం చేరటానికి కాట్ర నుండి 14 కి.మీ. దూరం కొండ ఎక్కాలి. కొండ ఎక్కలేని వారికోసం గుర్రాలు, డోలీలు, హెలికాప్టర్ల సర్వీస్ కూడా వున్నాయి.

భక్తులను గ్రూపులుగా విభజించి వారికి ఒక నెంబరిస్తారు. దాని ప్రకారం భక్తులను ఆలయంలోనికి అనుమతిస్తారు. ఆలయం లోపలికి సెల్ ఫోన్లు, కెమెరాలు, తోలుతో చేసిన ఏ వస్తువును అనుమతించరు. కనుక వాటిని కలిగి వున్నవారు వాటిని అక్కడే లాకర్లలో భద్ర పరుచు కోవచ్చును.

శ్రీవైష్ణోదేవి మూడు రూపాలు; జనన మరణాలు ప్రసాదించే మహాకాళి, జ్ఞానాన్ని ఇచ్చే మహాసరస్వతి, ఐశ్వర్యాదృష్టాన్ని ఇచ్చే మహాలక్ష్మి.

మరొక ప్రక్కగా ఉన్న శిఖరం మీద భైరవనాధుని ఆలయం ఉన్నది. వైష్ణవీదేవి అమ్మవారు భైరవుని తల నరికి వేసినప్పుడు తనను దర్శించినవారు భైరవుని తప్పక దర్శిస్తారని వరం ఇచ్చింది. అందువల్ల భైరవ ఘాట్లో భైరవనాధ్ తల ఒక పిండరూపంగా ఉంటుంది.

వెళ్ళేది అక్కడికే గదా అనుకొని మధ్యలోనే చదవడం ఆపేసింది.

సాయంత్రం ఆరు ప్రాంతంలో కాట్రా చేరుకున్నారు. స్వల్పంగా భోజనాలు చేసి కొండ దారిన కాలి నడక మొదలు పెట్టారు.

నవంబర్ నెల, నిండు పౌర్ణమి, దారి పొడుగునా దేదీప్యంగా వెలుగుతున్న కరెంటు దీపాలు. అక్కడక్కడ ఆకాశంలో తెల్లటి మబ్బులు కదులుతూ కొండ ఎక్కే ప్రయాణికులను సున్నితంగా స్పృశిస్తూ కదిలి పోతున్నాయి. చలిగా లేదు, అట్లని ఉక్కగా కూడా లేదు. ఆహ్లాదకరమైన వాతావరణము. కొండ మలుపుల నుండి కొంచెం వంగి చూస్తే లోయ. ఏ మాత్రం నడక అదుపు తప్పినా, లోయల్లో పడితే నామ రూపాల్లేక మటుమాయం అవుతాము.

కాలుష్యం లేని చుట్టూ పరిసరాల వలన శరీరం, మనసు సంతోషంతో అడుగులు పడుతున్నాయి. 'జై మాతాజీ' అంటూ భజనలు చేస్తూ జనాలు కొండ ఎక్కుతున్నారు.

నడవలేని వారు బక్క చిక్కిన గుర్రాల పైన సవారి చేస్తున్నారు. బరువులు మోయలేని వారిని పల్లకీలు మోస్తూ ప్రయాణీకుల గమ్యం చేరుస్తున్నారు.

బక్క చిక్కిన గుర్రాలను, డొక్క లేని బోయీలను చూస్తుంటే గుండె తరుక్కు పోతుంది. కూటి కొరకు పాట్లు తప్పవు!

అప్పుడప్పుడు విశ్రాంతి తీసుకుంటూ అమ్మవారిని స్మరిస్తూ నడక సాగుతుంది.

సర్దార్ శరణ్ జీత్, వారి శ్రీమతి గారివి భారీ శరీరాలు. అందరిలోనూ వారే ఎక్కువ ఆయాసపడాలి, కానీ పడుచు పిల్లలు నడిచినంత హుషారుగా నడుస్తున్నారు. వాళ్ళ ఆరోగ్య రహస్యమేమిటో అని అడిగింది సత్యలీల.

"మాతా పైన నిల్పిన ఏకాగ్రత, ఆచరణలో పెట్టిన మనోవాంఛ." నవ్వుతూ చెప్పారు.

వాళ్ళ మాటలు వినగానే అమాంతంగా అచల నడక ఆపి వాళ్ళిద్దరి కాళ్ళకు దండం పెట్టింది.

ఆలూమగలిద్దరూ హఠాత్చర్యకు ఆశ్చర్యపడుతూనే ఆశీర్వదించారు.

"మీరు నన్ను కాపాడారు, ఇక నా భవిష్యత్తు కూడా ఆ మాత దయ కావాలని కోరుతున్నాను." కన్నీళ్ళు పెట్టుకుంది అచల. సత్యలీల పైకి లేవనెత్తి అక్కున చేర్చుకుంది.

కొండ పైన ఎక్కుతూన్న కొద్దీ పున్నమి చంద్రుడు కూడా మనతో పాటే తోడుగా వస్తున్నట్టు వుంది. మలుపు తిరిగితే మలుపు తిరుగు తున్నాడు. నడక ఆగితే నిలబడు తున్నాడు. ఈ దృశ్యం జ్వాలకు అద్భుతముగా తోచి చప్పట్లు కొడుతూ ఎంజాయ్ చేస్తుంది.

కన్నకూతురి ముఖాన ఇంతటి ఆనందం చూసి అచల అమితానందం చెందింది.

***

సమయం-సందర్భం చూసుకొని ప్రజ్ఞతో, "అమ్మా, చంకలో పిల్లాడిని పెట్టుకొని వూరంతా వెతుకులాట అనే సామెత నాకు సరిగ్గా సరిపోతుంది. ఆనంద్ తన యిష్టాన్ని చెప్పాడు, ఒకవేళ నీకు సమ్మతమైతే... నేను..."

"ఆనందా...! అతను నాతో ఎన్నడూ ఇష్టంగా ప్రవర్తించలేదు, నేను కూడా అతనిలో మంచి స్నేహితుడిని చూశాను."

"అవును, ఆ మంచి స్నేహితుడు ఇక రాబోయే రోజుల్లో నీ భర్తగా నువ్వు అంగీకరిస్తావా?"

జవాబు చెప్పలేక పోతున్నది.

"కొంచెం సమయం తీసుకొని ఆలోచించి నిర్ణయం తీసుకో..."

"పెదనాన్నా, మీరు చెప్పండి. నేను కన్ఫ్యూస్డ్ స్టేజ్లో వున్నాను."

ప్రజ్ఞ కూర్చున్న చోటుకు కొంచెం దగ్గరగా జరిగి, "అయితే విను, "ఆనంద్ నాకు దూరపు చుట్టమే, చిన్నప్పటి నుండి తెలుసు. వాళ్ళ నాన్నగారు బతికి చెడ్డ మనిషి. అప్పుల బాధ తట్టుకోలేక ఇంట్లోనుండి పారిపోయాడు. ఉన్నాడో, లేడో తెలియదు.

ఇక తల్లి; కన్న పిల్లల ఆకళ్ళు, అవసరాలు తీర్చలేక మంచాన ఉస్సురోమని దిగజారిన వేళ ఆనంద్ స్కూల్ ఫైనల్ చదువు పూర్తి కాగానే నా కిరాణా షాప్ లో పనికి పెట్టుకున్నాను. చాలా బుద్ధిమంతుడు, పనిమంతుడు.

వాళ్ళమ్మ చివరి రోజుల్లో ఇద్దరమ్మాయిల పెళ్ళిళ్ళు నా ఖర్చులతో యాదగిరిగుట్ట శ్రీనరసింహస్వామి సన్నిధిలో జరిపించాను. ఆ తరువాత వాడూ ఒక్కడే, నేనూ ఒక్కడినే... ఒకే చోట కిరాణా షాప్ చూసుకుంటూ వున్నాము."

ప్రజ్ఞ తదేకంగా చూస్తూ మాటలు వింటున్నది. "కాఫీ గాని టీ గాని తాగుదామా పెదనాన్నా?"

"పెళ్లి ముచ్చట్లు ఇంకా మాట్లాడుకోవాలి, కాఫీ తీసుకురామ్మా."

పొగలు సెగల ఘుమ ఘుమ కాఫీని నేల పైనే కూర్చుని ప్రజ్ఞ, కీళ్ల నొప్పులు వున్నందుకు పెదనాన్నా సోఫాలోనే కూర్చుని తాగారు.

"ఇక మీ వయస్సును నేనెప్పుడూ అడిగే అవసరం రాలేదు. జాతకం గురించి..." దీర్ఘమైన నిట్టూర్పుతో..."నాకు వాటి మీద విశ్వాసం పోయింది."

"పెదనాన్నా! ఆనంద్ నాకు భర్తగా సరిపోతాడా, లేదా చెప్పండి, అతని బయోడేటా, హిస్టరీ, జాగ్రఫీ వద్దు."

"అంతా విని, ఇప్పుడు మడత ప్రశ్న వేస్తున్నావా? అమ్మో! తెలివిగల అమ్మాయివే..." అని మాట దాటేశాడు.

నవ్వుతూ, "మీరు ఏమైనా తక్కువా? ఆనంద్ నాకు భర్తగా సరిపోతాడా లేదా చెప్పండి... ప్లీజ్..." అంటూ సోఫాలో కూర్చున్న కేశవరెడ్డి మోకాళ్ళ పైన తల ఆన్చినది.

"సిగ్గు, బిడియము పక్కన పెట్టి, నీ నిర్ణయం చెప్పమ్మా."

"మనం ముగ్గురమూ ఈ విషయం మాట్లాడుదామా, నేను, నాడౌట్స్, అంటే..."

"తప్పకుండా..."

***

రాత్రి గడిచి తెల్లారుతుంది. మెల్లిగా చలి తీవ్రత హెచ్చింది. చలికి కాలి మడమలు వంకర్లు తిరుగుతున్నాయి. నడక భారమైంది. దార్లోని డీలక్స్ హోటల్ లో కొద్ది సేపు నడుం వాలుద్దామని బస చేశారు.

హోటల్ లోని బెడ్లు, దొంతర్లుగా వున్న రగ్గులు అన్నీ మంచు ముద్దల్ని చుట్ట బెట్టరా అన్నంత చల్లగా ఉన్నాయి.,

వాటి పైన విశ్రాంతి తీసుకోడం కష్టంగా తోచింది. అందుకే కాలకృత్యాలు తీర్చుకుని వేడి టీ తీసుకున్నారు.

తల్లిని చుట్టుకొని జ్వాల ఏదో నసుగుతున్నది. అచలకు ఆ గారాబము అర్థమైనా ఏమీ తెలియనట్లు వూరుకుంది. సత్యలీల గమనించి జ్వాలకు కావాల్సిన

ఐస్క్రీమ్ కొని తెచ్చింది. గమ్మత్తు! అంత చలిలోనూ చిన్నారి సునాయాసంగా చల్లటి ఐస్క్రీమ్ ఎంజాయ్ చేస్తూ తిన్నది.

తూరుపు దిశ మెల్లిగా రంగు మారుతున్నది. లేత సూర్యకిరణాలు ఆకాశాన్ని అలముకుంటున్నాయి.

అమ్మయ్య! గుడి చేరుకున్నారు.

స్పీకర్ మోగుతున్నది... తోలుతో తయారు చేసిన బెల్ట్, పర్సులు, ప్లాస్టిక్ సంచులు గర్భగుడిలో నిషిద్ధమని...

మనుషుల రద్దీ కారణంగా గుహ ద్వారా ప్రవేశం రద్దు చేశారు. "బ్యాడ్ లక్, గుహ ద్వారం ఓపెన్ ఉంటే బావుండను." శరణ్ జీత్ గారు నిరుత్సాహ పడ్డారు.

దేవి దర్శనం ముఖ్యం, ఏ దారైతేనేమి... మనసులో అందరూ అనుకున్నారు.

***

సెలవు రోజున అమ్మాయీ, అబ్బాయీ... వాళ్ళిద్దరి తరపున ఒకరే అయిన పెద్దమనిషి కూర్చున్నారు.

కేశవరెడ్డి మొదలు పెట్టాడు, "ఆనంద్... ప్రజ్ఞా... మీరిద్దరూ నా వాళ్ళే, ఇద్దరిలోనూ క్రమశిక్షణ, మంచితనము వున్నాయి. మీరిద్దరూ ఒకరినొకరు ఇష్టపడి పెళ్లి చేసుకొని నా ఇంట్లోనే వుండాలి అనే స్వార్థం నాలో వుంది.

ఎందుకంటే, ఆనంద్ నా బిజినెస్ ని ఎప్పుడూ ప్రక్క త్రోవ పట్టించలేదు. ప్రజ్ఞ నా ఇంటి బాగోగులన్నీ చక్కగా చూసుకుంటున్నావు.

ఇది నా ఆలోచన, అభిప్రాయం కూడా. మీరు పరస్పరం ఒక సారి మాట్లాడుకోండి, నేను వేరే రూమ్లోకి వెళతాను." అంటూ లేచాడు.

"సేఠ్జీ... సార్..., మీరు ఇక్కడే కూర్చోండి..." ఆనంద్ కేశవరెడ్డిని తిరిగి కూర్చోబెట్టాడు.

"ఇక మీ రాశులు ఏమిటో, జాతకాలు ఏమిటో నేను పరిశీలించలేదు. నా పెళ్లి నిశ్చయంకు ముందు కల్పన తరపు వారు, మా తరపు వారు వంద శాతం జాతకాలు తనిఖీ చేసి వివాహం చేశారు.

కాని ఏమైందీ... నన్ను ఒంటరిని చేసి వెళ్ళిపోయింది.

ఈ మాటే అంటే అందరూ ఏమంటారు, 'మన తలరాతను ఎవ్వరూ మార్చలేరు' అని. ఆల్రెడీ తలరాతతో ఫిక్స్ అయ్యాక, మన మనోబలాన్ని కించ పరుస్తూ జాతకాల పరిశీలనలు ఎందుకు? మీకు జాతకాల పట్టింపు వుంటే కనుక్కోమంటే... కనుక్కుంటాను."

"పెదనాన్నా! మీరు పెళ్ళిళ్ళు కుదిర్చే మధ్యవర్తి కాదు, ఈ ఇంటికి అధిపతి, మాకు...

ప్రత్యేకంగా నా. కు.. మీరు సన్మార్గం చూపించిన, భగవంతుడు యిచ్చిన మరో నాన్నగారు."

"సరే మరి, విషయానికి వద్దాము. ప్రజ్ఞా, నీ మనసులో మాట చెప్పు తల్లీ..."

ప్రజ్ఞ ఆనంద్ ను చూస్తూ సూటిగా చెప్పదొడిగింది, "మా ఇంటి పెద్దలు నా పెళ్లి మా బావ తో..."

ఆనంద్ ఆటంకం కల్గించి, "నాకు తెలుసు, నేను విన్నాను. పెళ్లి తరువాత మనము కలిసి జీవించే అంశాల పైన మాట్లాడుదాము."

"నేను పెదనాన్నాను వదిలి, అత్తారింటికని వేరే చోట వుండను. ఈ ఇల్లే నా స్వర్గం!"

కేశవరెడ్డి కల్పించుకున్నాడు, "చాలా సంతోషం, ఎందుకంటే అత్తారింటి అప్పగింతలు వుండవు. ముఖ్యంగా పెళ్ళికూతురు పుట్టిల్లు వదిలి వెళ్ళేప్పుడు పడే దుఃఖం నేను చూడలేను. మనసును కలిచి వేసే ఘట్టం అది."

కొద్ది సేపు మౌనంగా వున్నారు. ఆనంద్ అన్నాడు, "నాకు కావల్సింది కూడా అదే. కానీ ఎప్పుడైనా మా అక్కల మంచి-చెడ్డలు నేను చూడాల్సి వుంటుంది."

"అలాగే."

"నా కంటే ఎక్కువ చదువుకున్నావు, కానీ నన్ను చదువమని యిబ్బంది పెట్టకు. ఎందుకంటే నా ధ్యాస, పట్టుదల... ఇప్పుడు నేను చేస్తున్న వృత్తి మీదనే వుంది.

నా వలన ఎప్పుడైనా నీ మనసు బాధ పడితే, ఆ మరుక్షణమే నాతో చెప్పి నన్ను సరిదిద్దాలి."

"ఒకే.

మరి నా మాట, మనిద్దరిలో ఒకరినొకరు గౌరవంగా, నమ్మకంగా, ఆప్యాయతగా వుండాలి. ఏదయినా సమస్య వస్తే పరిష్కారం ఆలోచించాలి గాని ఇంటిని కురుక్షేత్రం చేయవద్దు."

"అమ్మో, కురుక్షేత్రం వరకూ వెళ్లొద్దు. సాధారణ 'ఛీ, ఛా' కూడా నచ్చవు. నాకు మనుషుల విలువ ముఖ్యం." ఆనంద్ గబగబా చెప్పేశాడు.

"ముహూర్తాల పని నా వంతు..." కేశవరెడ్డి ఆనందం వెలిబుచ్చాడు.

ప్రజ్ఞ "పెదనాన్నా, మీకు నచ్చిన చోట పెళ్లి నిర్ణయించండి. తక్కువ ఖర్చులతో, చాలా సింపుల్ గా కావాలని నా కోరిక."

"ఆనంద్, నువ్వు ఆబిడ్స్ పుల్లారెడ్డి షాప్ కి వెళ్ళి మంచి స్వీట్స్ తీసుకురా..." కేశవరెడ్డి అనుభవం కొట్టిన దెబ్బలకు బొప్పికట్టిన తల ఎగరేసి అన్నాడు.

ఆనంద్ స్వీట్స్ కొనేందుకు వెళ్ళాడు.

"పెదనాన్న స్వీట్స్ కంటే ముందు నాకు ఒక విషయంలో నిజం తెలియాలి..."

ఏమిటి అన్నట్లు చూశాడు కేశవరెడ్డి.

"నా వెంట పడ్డ వానర మూకను యే విధంగా మాన్పించారు... ఆనంద్ ను అడిగితే మాట దాటేస్తున్నాడు..."

"ఆనంద్ ఒకట్రెండు మార్లు మంచి మాటగా వాళ్ళకు నచ్చచెప్పాడు, మాట వినలేదు.

మన షాప్ లైన్ లో గల అన్ని షాపుల ఓనర్స్ సంతకాలు తీసుకుని, మేయర్ వద్ద కెళ్ళి అసలు విషయం చెప్పాము. అంతే, మేయర్ గారు ఎలా నచ్చ చెప్పారో తెలియదు, అబ్బాయిలు జాగ్రత్త పడ్డారు."

"మేయర్ గారి అబ్బాయి వున్నందుకు ఒక రకంగా మేలే జరిగిందైతే..."

"ఎవరు వున్నా సరే, అట్లా అమ్మాయిలను యిబ్బంది పెడితే...ఎవ్వరూ ఊరుకోరు... పోలీసుల వరుకు వెళ్ళినా సందేహం లేదు."

"అవును, నిజమే..." అన్నది ప్రజ్ఞ.

శంషాబాద్లోని అమ్మపల్లి వూర్లో శ్రీసీతారామచంద్ర స్వామి ఆలయంలో ప్రతీ నెలా పునర్వసు నక్షత్రం రోజున సీతారాముల కళ్యాణం జరుగుతుంది. ఆ శుభ సమయాన ప్రజ్ఞా ఆనంద్ ల పెళ్లి జరిపించాడు కేశవరెడ్డి.

ఇంటికి వచ్చి తల్లిదండ్రుల ఫోటోలకు దండం పెట్టి హృదయ విదారకంగా ఏడ్చింది. తండ్రి బాధ్యత వహిస్తున్న కేశవరెడ్డి ఓదారుస్తూ "ప్రజ్ఞా, ఏడవకు, నేను చూడలేను." అన్నాడే గానీ ఆతని దుఃఖం కూడా అరికట్ట లేక పోయాడు.

అమ్మానాన్నల వియోగం తెలిసిన ఆనంద్ కళ్ళు చెమ్మగిల్లాయి.

***

శ్రీవైష్ణోదేవి మహాకాళి, మహాసరస్వతి, మహాలక్ష్మి రూపాల్లో దర్శన భాగ్యం కల్గింది. వచ్చిన భక్తులందరకి పూజారి సిక్కాను బహుమానంగా ఇస్తున్నారు. మరొక ప్రక్కగా ఉన్న శిఖరం మీద ఒక పిండరూపంగా వున్న భైరవనాధుని ఆలయం దర్శించారు.

దేవతల మహిమనో, ప్రకృతి మహత్తరమో అందరి మనసులు ఏదో హాయిని, ప్రశాంతతను పొంది ఉల్లాసవంతంగా కొండను దిగ గలిగారు.

***

అలసి వచ్చిన కొడుకు పృథ్వీధర్ కు అన్నం వడ్డించింది సౌభాగ్య.

"అమ్మా, నాన్నగారిని కూడా రమ్మను. ఇద్దరమూ కలిసి భోజనం చేస్తాం."

"నీ కోసం చాలా సేపు చూసి, యిక నీ ఆలస్యం భరించలేక భోజనం చేసేశారు."

చివర్లో పెరుగన్నం వాయి రాగానే "ప్రజ్ఞ సుఖంగా కాపురం చేస్తున్నా, చేయక పోయినా; పిల్లల్ని, భర్తను కాదని నీ పైన దయతలచి నీ జీవితంలోకి వస్తుందని ఏమిటీ నీ ధైర్యం?"

"నా మనసు చెబుతున్నది, ప్రజ్ఞ తన మనసులో నాకొక ఉన్నతమైన స్థానాన్ని ఇచ్చిందని, తప్పదు కదా అని భర్తతో కాపురం చేస్తుందే తప్ప, నేనంటే, నా ప్రేమన్నా...

అది కాదులే; నాకు జరిగిన అన్యాయం తెలిస్తే ప్రజ్ఞ నాకు తోడుగా వస్తుంది, ఐ యాం షూర్."

“నీ లవ్ మేరేజ్, నీ విడాకులు సంగతి ప్రజ్ఞకు తెలియదు. అన్ని విషయాలు చెప్పిన తర్వాత గానీ ఆమె నిర్ణయం తెల్సుకో, తొందర పనికిరాదు.” సౌభాగ్య ప్రస్ఫుటించింది.

“అమ్మా! మనం ముగ్గురం అనుభవించిన నరకం, మానసిక బాధలు, నా ఒంటరితనం గురించి అంతా వివరంగా చెపుతాను." రాత్రి బస్సులో హైదరాబాద్ ప్రయాణమైనాడు పృథ్వీధర్.

***

గేటు తీసుకుని లోపలికి వస్తూ ఇంటి ముందున్న ఖాళీ స్థలంలో బ్యాడ్మింటన్ ఆడుకుంటున్న ఇద్దరు అబ్బాయిలను వుద్దేశించి ఆనంద్ గారు వున్నారా? అన్నాడు పృథ్వీధర్.

ఆట మధ్యలో ఆపి, “వున్నారు, మీరెవరు?”

“నా పేరు పృథ్వీధర్. నేను డి. ఆర్.డి.ఎల్ లో వుద్యోగం చేస్తున్నాను.”

ఇద్దరు అబ్బాయిల్లో ఒకతను ఇంట్లోకెళ్ళి ఆనంద్ ను వెంట తెచ్చాడు. తగురీత్యా స్వపరిచయం చేసుకొని, షేక్ హ్యాండ్ల తదుపరి ఇంట్లోకి అడుగుపెట్టారు.

హల్లోకి దారితీస్తూ, “ప్రజ్ఞా, మీ బావ వచ్చారు.” కిచెన్ వరకు వినిపించాలని కొంచెం స్వరం పెద్దది చేసి చెప్పాడు ఆనంద్.

హాల్ శుభ్రంగా వుంది. సోఫా చూపించి “కూర్చోండి” అంటూ ఎదురు సోఫాలో ఆనంద్ కూర్చున్నాడు.

బ్యాడ్మింటన్ ఆట మానేసి అబ్బాయి లిద్దరూ త్రీసీటర్ సోఫాలో కూర్చున్నారు.

"పెద్దబ్బాయి చాణక్య, ఇంజనీరింగ్ సెకండ్ ఇయర్ ఐ.ఐ.టి. చిన్నవాడు చాతుర్య, బికామ్ హనర్స్ మొదటి సెం,_ శ్రీరామ కాలేజీ,... ఇద్దరూ డిల్లీలో చదువుతున్నారు" చాలా వినయంగా పృథ్వీధర్ కు నమస్కరించారు.

ఇంత పెద్ద పిల్లలా ప్రజ్ఞకు, మనసులో అనుకున్నాడు. ఏది ఇంకా ప్రజ్ఞ బయటకు రాదే!

"ఈ రాక్స్ లోని ప్రైజులన్నీ మా పిల్లల చదువుల్లో, ఆటల్లో వచ్చినవే." చాలా సంతోషంగా ఆనంద్ చెబుతుంటే చిరాగ్గా వుంది.

రాక్ లోని సితార్ కూడా చదువుల్లో, ఆటల్లో వచ్చినవేనా? సైంటిస్టు స్వగతంలోని ప్రశ్న.

"వీరు సేఠ్జీ... అంటూ ఈజీ చైర్ లో విశ్రాంతి తీసుకుంటున్న కేశవరెడ్డిని పరిచయం చేశాడు.

పృథ్వీధర్ కొత్తగా పరిచయమైన సీనియర్ సిటిజెన్ కు నమస్కారం చేశాడు.

"మీ చిల్డ్రన్" ఆనంద్ అడిగాడు.

"ఇంకా లేదండీ."

"లేట్ మేరేజ్, లేట్ చిల్డ్రన్ కంటే అన్నీ టైమ్లి అయితే బెటర్."

ఈయనకేం తెల్సు నా బాధ! పృథ్వీధర్ చిరాకు గుణించుకుంటున్నది.

చిరునవ్వుతో ప్రజ్ఞ మంచి నీళ్ళ గ్లాస్ పట్టుకొని వచ్చింది.

దాదాపు ఇరవై ఐదు సంవత్సరాల తరువాత మరదల్ని చూస్తున్నాడు. వయసు తెచ్చిన పుష్టి తప్ప ప్రజ్ఞ అందం, కళ్ళలో మెరుపు అలాగే వున్నాయి.

"బాగున్నావా బావ?" అంటూ ఆనంద్ ప్రక్కనే కూర్చుంది.

"పెదనాన్నా, ఇతనే పృథ్వీధర్, మా అమ్మ అన్నయ్య కొడుకు, నాకు వరుసకు బావ అవుతాడు."

“ఓహో, అలాగా…” కేశవరెడ్డి వచ్చిన అతిథిని నఖశిఖ పర్యంతం చూశాడు.

క్షణం పాటు పృథ్వీధర్ కు అర్థం కాలేదు. ప్రజ్ఞకు పెదనాన్న ఏమిటి, ఆనంద్ కు సేఠ్జీ ఏమిటి… ఇవేం వరుసలు… ఏదో తిరకాసు వుంది.

అరగంట సేపు లోకాభి రామాయణం నడిచింది. కాఫీ, బిస్కట్స్ తీసుకున్నాడు.

“మీరు వచ్చిన పనేమిటో చెప్పలేదు?’ ఆనంద్ అడిగాడు.

“ఈ మధ్యనే నా భార్యతో విడాకులు తీసుకున్నాను. నాకొక మంచి తోడు కావాలి, మా పేరెంట్స్ కు ఇంటి భాద్యత వహించే కోడలు అవసరం.

అందుకే సెకండ్ మేరేజ్ చేసుకోవాలని, మీకేమయినా తెల్సిన సంబంధాలు వుంటే…” కొంత నిజం, మరి కొంత అబద్ధం చెప్పాడు.

“ఇంత చదువుకున్నారు, మంచి జాబ్. విడాకుల వరకు ఎందుకు లాగారు?” చాలా సేపటి వరకు మౌనం.

ప్రజ్ఞ అన్నది “మీ బ్యాడ్మింటన్ అయిపోతే, వేరే గేమ్స్ లేవా? పెద్దవాళ్ళ మాటల మధ్యలో మీరెందుకు?”

పిల్లలు మారు మాట్లాడక బయటికి వెళ్లి ఆట సాగించారు. థాంక్స్ అని కళ్ళతోనే పృథ్వి సైగ సమాధానం.

“పెదనాన్నా, కూర్చొని చాలా సేపయింది, కొద్ది సేపు బెడ్ పైన పడుకోండి.” ఆ డబల్ రోల్ ముసలాయన్ను చేయి పట్టుకొని బెడ్ రూమ్లోకి తీసుకెళ్లింది.

బరువైన గొంతులో మాటలకు దారి దొరకటము లేదు. “ప్రతీ విషయంలో, ప్రతీ రోజు నన్ను డామినేట్ చేసేది. టూమచ్ సోషల్ గా ఉంటుంది, అత్తా మామలకు మినిమమ్ రెస్పెక్ట్ ఇవ్వదు.

తన జీతం అంతా తన లావిష్ ఖర్చులకే, ఇంటికి అతిధులు వచ్చినా వంటి మీద సరిగ్గా బట్టలు కూడా వుండవు. అసలు వంటింటి ముఖమే చూడదు. ఎంతో సర్దు కోవాలని చూశాను, విసుగు తప్ప నాకేమీ మిగులలేదు.

మ్యూచువల్ డీవోర్స్ అనగానే టక్కున ఒప్పేసుకుంది, ఇసుమంత కూడా విస్మయం లేదు." మరొక గ్లాస్ నీళ్ళు తాగాడు.

"ఈ రోజుల్లో చాలా వరకు మాట్రిమోనల్ పెళ్లి సంబంధాలు చెలామణి అవుతున్నాయి. ఫేమస్ మాట్రిమోనల్లో రిజిస్టర్ చేయండి." ఆనంద్ సలహా ఇచ్చాడు.

ప్రజ్ఞ మాట్లాడితే బావుండును. ఆనంద్ కళ్ళలో కారం జల్లి, పిల్లల్ని కొట్టి, ప్రజ్ఞను లేవనెత్తుకు పోవాలని తొందర.

***

మనిషిలో వికృత బుద్ధులు దూసుకుంటున్నాయి. ప్రజ్ఞా, నువ్వు నా దానివి. నా జీవితానికి ఏదో గ్రహణం పట్టి వదిలింది, ఇప్పుడు నేను మనస్ఫూర్తిగా నిన్ను కోరి వచ్చాను. పృథ్వీ అంతరాత్మ ఘోషిస్తుంది.

ప్రజ్ఞ "మా పిల్లల చదువులు మొదలైన రోజు నుండి మావారే ప్రతీ విషయంలోనూ శ్రద్ధ, క్రమశిక్షణ నేర్పించారు."

ఎటో దిక్కులు చూస్తున్నాడు అతిధి.

పృథ్వీధర్ మనసు విప్పి మాట్లాడలేక పోతున్నాడని, ప్రజ్ఞ ఆనంద్ ని బయటకు వెళ్ళమని సైగ చేసింది. ఆనంద్ బాడ్మింటన్ ఆడుకుంటున్న పిల్లల్ని పిల్చుకొని మేడ పైన స్టడీ రూమ్ వైపు వెళ్లారు.

స్త్రీ తలచుకుంటే ఇంటా, బయటా ఎలాటి వాతావరణాన్ని ఐనా సృష్టించ గలదు. కావాలనుకుంటే యుద్ధం, లేదంటే శాంతి ప్రకటించే చాకచక్యం గల నేర్పరి మహిళ!

ప్రజ్ఞా, పృథ్వీధర్ హాల్లోనే కూర్చున్నారు.

మళ్ళీ మళ్ళీ రావటం కుదరదు. ఇప్పుడే తను వచ్చిన పని చెప్పాలి... ఒక ఇల్లాలిగా ఇల్లు చక్కపెట్టుకునే ప్రజ్ఞ, నా ప్రేయసిలా నాతో శాశ్వతంగా నాకోసం ఒక కొత్త జీవితాన్ని ఒప్పుకుంటుందా?

పొలం గట్టు కలలు కదిపితే సరి, ప్రజ్ఞ హృదయం కనబడుతుంది. ఏమాట కామాట ఆనంద్ ముందు నేనెంత హాండ్సమ్ గా వుంటాను.

పృథ్వి ఆలోచనలకు కళ్ళెం పడ్డది. "అత్తా మామలను ఈ సారి వచ్చేప్పుడు తీసుకునిరా, మా ఆడపడుచులకు పెళ్లి సంబంధాలు గురించి బాగా తెలుసు. వాళ్ళు ఏదైనా మంచి సంబంధం చూసి నీ కాపురం నిలబడేలా చూద్దాం."

"ప్రజ్ఞా, ఆనంద్ ముందు చెప్పలేనిది, నీతో మాత్రమే చెప్పే ముఖ్య విషయం ఒకటుంది."

ఏమిటన్నట్టు చూసింది.

"కోపం తెచ్చుకోవద్దు మరి."

"లేదు బావా, నాకు కోపం, పగ, ఈర్ష్య ఇలాంటివి ఎవరి మీద లేవు, రావు కూడా, ఎలాంటి సందేహం పెట్టుకోక చెప్పు."

"ఆనంద్ వస్తే టాపిక్ మార్చాలి." పృథ్వీధర్ ఆర్తన.

"ముందు మొదలు పెట్టు."

"ప్రజ్ఞా, నేను ఓడిపోయాను. దెబ్బ తిన్నాను, నా మనసు పూర్తిగా చితికి పోయినది, మిగిలన జీవితమయినా తృప్తిగా బతకాలంటే... అంటే... నువ్వు నాకు తోడుగా వుండాలి.

నా విషయం సరే, ఈ రోజు కూడా అమ్మానాన్నలు నిన్ను కోడలిగా చేసుకోనందుకు నిధి కోల్పోయినట్టు బాధ పడుతున్నారు. ఆనంద్ ను వదిలేసి నాతో వచ్చేయ్.

నిన్ను అణువంత కూడా కష్ట పెట్టాను. మహారాణివై రాజ్యం చేద్దువు, ప్లీజ్...

నీ సహచర్యంలో ఈ దౌర్భాగ్యపు బావను చక్క దిద్దవా..." చిన్న స్వరంతో కేవలం ప్రజ్ఞకు మాత్రమే వినిపించేలా హృదయ వేదన వ్యక్త పరిచాడు.

ప్రజ్ఞ మహా మేధావిలా వింటూ వున్నది. తిట్టి, అరిచి బయటికి గెంటలేదు.

మళ్ళీ అన్నాడు "నువ్వు గానీ నాతో రాక పోతే, ఓకే. కానీ నాకోసం వేరే సంబంధాలు చూసే పెత్తనం తీసుకోవద్దు. ఇలాగే నీ జ్ఞాపకాలతో..."

చెప్పాల్సిన మాట చెప్పాడు. ఇప్పుడు చాలా రిలీఫ్ గా వుంది. కానీ వినాల్సిన జవాబు సస్పెన్స్; ఏదో తమాషా... కొత్త ఫీలింగ్!

"బావ, నా సంసారంలో నాకు ఏం తక్కువైందని నేను నీ వెంట రావాలి. నా వైవాహిక జీవతంలో ఏ ఒక్క రోజు కూడా మా వారు నన్ను బాధపెట్టలేదు, హింసించలేదు.

నీ గురించి కూడా తెల్సు, అయినా ఎన్నడూ అనుమానించలేదు, వేధించలేదు, ఆనంద్ ఫ్యామిలీ వాళ్ళందరూ నన్ను అపురూపంగా చూస్తారు."

పృథ్వీధర్ వినాలనుకున్నది వేరు.

"సూపర్ మార్కెట్ బిసినెస్ చూస్కుంటూ, పిల్లల పెంపకం, చదువులు, మావారి సహృదయత, పసిపిల్లల బాల్యంలోని ముద్దు చేష్టల ఆనందంలో నా మనసు నుండి నువ్వు పూర్తిగా సమసిపోయావు."

ఎంత చెవులు రిక్కించి విన్నా, వినసొంపు మాటలు లేవు పృథ్వీధర్కు.

సురేఖ పులి

"భార్యగా, తల్లిగా అన్ని కోణాల్లో మా దాంపత్యం సుఖసంతోషాలతో వుంది. మా భాగ్యానికి పిల్లలు క్రమశిక్షణలో, విద్యలో మంచి దారిలోనే వున్నారు.

మావారు నాకు కనిపించే దేవుడు."

ప్రజ్ఞ యిచ్చే లెక్చర్ బోరు కొడుతున్నది.

"మనం సుఖపడటం అనేది మన ఆలోచనల మీద ఆధార పడి వుంటుంది. అంతేగానీ సైన్సు ల్యాబ్ లో మాదిరి ఏదో ఘన పదార్థానికి మరేదో ద్రవ పదార్థం కలిపితే ఇంకేదో వాయు పదార్థం ఏర్పడుతుందని జీవితాన్ని అదే పంథాలో నడవాలంటే కుదరదు.

మనిషిని మనిషిగా దగ్గరకు తీసి ఆప్యాయత పంచుకుంటే బంధం నిలుస్తుంది.

నేను కాకుంటే వేరే ఎవరినో పునర్వివాహం చేసుకోను అనే మూర్ఖత్వపు మాటలు మానేయి. అయినా, నీ జీవితం నీ ఇష్టం."

"ఓకే, నేను వెళ్తాను." లేచాడు.

"నీతో నేను రావాలని, వస్తానేమో అనే ఆశ, కాదు, నీ పిచ్చి వూహ ఇతర ఏ వివాహిత స్త్రీ పట్ల రానీకు, వచ్చాయంటే నీలో అనారోగ్యం చోటు చేసుకున్నట్లే..."

ప్రజ్ఞ కూడా లేచి నిలబడింది.

"రాత్రి భోజనం చేసి వెళ్ళు."

"వద్దు, నేను వెళ్ళాలి."

"బావా! మా వారితో చెప్పి వెళ్ళు."

"నువ్వు దేవుడనే వ్యక్తి నాకు దయ్యం లాగా కనబడుతుంటే ఎలా చెప్తాను."

"ఇదే నీ తప్పు, ప్రతీ వ్యక్తిని నెగిటివ్ గా చూస్తావు, అయినా యిలా కలుస్తున్నట్టు అత్తకు మామకు తెల్సా?"

"తెల్సు, నేను వాళ్ళ నుండి ఎప్పుడూ ఏదీ దాచలేదు."

"ఎవరో ఒక వ్యక్తి వచ్చి సౌభాగ్యత్తను అన్నీ వదిలేసి తనతో వచ్చేయమంటే, ఆ వ్యక్తి సుఖసంతోషాల కోసం వెళుతుందా?" చురక తగిలించింది.

"ఎక్కువగా మాట్లాడకు, మాటలు మంచిగా రానీయి, మా అమ్మను చీప్ చేస్తావా?" ముక్కు మీది కోపం నోటంట పలికింది.

"నేనేమన్నాను, ఇక్కడ చీప్ ఏమిటీ? మావారిని నువ్వెలా విలన్ అనుకుంటున్నావో, అలాగే మా పిల్లలు కూడా నిన్ను అలాగే అనుకుంటే... కానీ అనుకోరు, మేము అందరి గురించి మంచిగానే ఆలోచిస్తాము."

బుర్ర వేడెక్కి, తిరస్కారాన్ని ఎదుర్కొనే ఓపిక లేక పృథ్వీ లేచి బయటకు నడిచాడు.

***

"మన సూపర్ మార్కెట్ లాభాల వలన ముందుకు సాగుతున్నాము కానీ రెడీమేడ్ బట్టల వ్యాపారములో అంతగా అభివృద్ధి లేదు. అన్ని రంగాల్లోనూ పోటీ పెరిగి పోయింది. ఏమైనా చేయాలి." ఆనంద్ ఖాతా పుస్తకాల తనిఖీ పిమ్మట ఆలోచించ సాగాడు.

"ఫ్యాషన్ డిజైనింగ్ ట్రైనింగ్ వున్న స్టాఫ్ కావాలి" ప్రజ్ఞ సలహా ఇచ్చింది.

"అదొక్కటే కాదు, కొంత పబ్లిసిటీ కూడా పెంచాలి. బ్యాంక్ లోన్ తీసుకుని, ధైర్యం చేద్దామా?" బిజినెస్ పెంపుదలకు ప్లాన్ వేశాడు.

"న్యూస్ పేపర్ ప్రకటన యిద్దాము. కుదరలేదంటే, బ్యాంక్ లోన్ గురించి ఆలోచిద్దాం."

భార్య అంచనా మేరకు రెడీమేడ్ బట్టల వ్యాపారం ముందడుగు కోసం పలుకుబడి వున్న దిన పత్రికల్లో బొటిక్ అభివృద్ధి కొరకు ప్రకటించారు.

***

భోజనాలనంతరము "పెదనాన్న, బట్టల వ్యాపారం కొంత మార్పులతో కొత్తగా మార్చాలనుకున్నాం, ఏదైనా మంచి పేరు చెప్పండి..." అంది ప్రజ్ఞ.

కేశవ రెడ్డి కొద్ది సేపు ఆలోచించి 'కల్పతరువు' అన్నాడు.

నిర్ధారణ జరిగింది

***

ఇంటికి దగ్గర్లోని స్కూల్లో జ్వాలను జాయిన్ చేసింది సత్యలీల.

"మన ఇంటికి దగ్గరగా వుండాలి అని బిజినెస్ పెట్టుకోవద్దు. మనం వుండేది బర్కత్పురా, నీ స్థలంలో బొటిక్ పెట్టాలనుకున్నది బంజారాహిల్స్.

కొత్తగా బిల్డింగ్, ఇన్ఫ్రాస్ట్రక్చర్, మార్కెటింగ్ అంటే చాలా యిబ్బందులు ఎదుర్కోవాలి.

నా సలహా ఏమిటంటే, ఆల్రెడీ ఎస్టాబ్లిష్ అయిన బొటిక్ ఎన్నుకొని కొంత మన వంతు డబ్బు, శ్రమ పెట్టి బిజినెస్ మొదలు పెడితే సబబు" వదిన జగదాంబ తన మనసులోని మాట చెప్పింది.

సత్యప్రకాష్ ఛలోక్తి "అంబ పలుకు జగదాంబ పలుకు..."

దిన పత్రికలో వెలువడ్డ కుట్లు అల్లికలకు సంబంధించిన ప్రకటనలన్నిటికీ సత్యలీల జవాబు యిస్తున్నా, తృప్తికరమైన నిర్ధారణ చేసుకోలేక పోతున్నది.

అన్వేషణ ఆగక మానదు. జాతీయ దినపత్రికల కంటే ప్రాంతీయ దినపత్రికల ద్వారా వెలువడ్డ బడీచౌడి 'కల్పతరువు' ప్రకటనకు అచల, సత్యలీల హాజరు అయ్యారు.

వచ్చిన అప్లికేషన్స్ అన్నిటిలోకి సత్యలీలకు అవకాశం లభించింది.

***

కొత్త బిజినెస్కు సంబంధించిన నోట్ తయారు అయింది. అందులోని కొన్ని ముఖ్యాంశాలు:

"వ్యాపార పెట్టుబడి ప్రజ్ఞా, సత్యలీల వంతు.

మౌలిక సదుపాయాలు, స్థలమూ ఆనంద్ సమకూర్చాలి.

ముడి సరుకు కొనుగోలు, అమ్మకపు పర్యవేక్షణ అచల, సత్యలీల జాబితాలోకి వచ్చాయి.

ప్రస్తుత ఫాషన్ డిజైన్స్, కస్టమర్స్ అవసరాలను సమన్వయంతో శిక్షణ పొందిన ప్రజ్ఞ; శిక్షణ లేకున్నా ప్రతిభ గల అచల బాధ్యత వహించాలి."

వీరందరికి సాయంగా శిక్షణ గల టైలరింగ్ నిపుణులు కొందరు ప్రోరేటా బేసిస్ ఉద్యోగ భృతి పొందారు.

అందంగా నిర్మించిన గాజు తలుపుల షోరూమ్ ను చాణక్య, చాతుర్య తాత కేశవరెడ్డిగారిని చెరొక ప్రక్క పట్టుకొని దీపారాధన చేయించి, ప్రారంభోత్సవము జరిపించారు.

ఎల్లప్పుడూ జనసందోహం కల్గిన చోట అనతి కాలంలోనే ప్రచార వ్యవస్థ ప్రజల్లో ప్రకాశించింది కల్పతరువు.

*** సమాప్తం ***

సురేఖ పులి

కల్పతరువు (నవల)

సురేఖ పులి

సురేఖ పులి – పరిచయం

పుట్టిన సంవత్సరం: 1955

స్థలం: హైదరాబాద్

విద్యాభ్యాసం: ఎం. ఏ (సోషియాలజీ & ఇంగ్లీష్)

ఉద్యోగం: టీచర్, HMT (హైదరాబాద్ & పిన్జోర్), ప్రైవేట్ సంస్థలో అడ్మిన్ మేనేజర్ (2009-2018)

ప్రస్తుత నివాసం: బెంగళూరు

సాహిత్య ప్రయాణం: స్కూల్, కాలేజీ మ్యాగజైన్ లలో రచనలు ప్రారంభం

ప్రచురిత రచనలు:

ఇంగ్లీషు కథలు & వ్యాసాలు: డెక్కన్ క్రానికల్, ఇలస్ట్రేటెడ్ వీక్లీ, మిర్రర్

తెలుగు కథలు & వ్యాసాలు: ఆంధ్ర ప్రభ, ఆంధ్ర పత్రిక, చందమామ, యువ, ఈనాడు (ఆదివారం)

కంప్యూటరులో భద్రపరిచిన కథలు: తస్మైశ్రీ గురవేనమః, ఫుల్ డిస్కౌంట్, నీలకంఠి, మల్లెల జల్లు, శిరోమణి, మరణానికి లేఖ, రాజీ తదితరాలు

పురస్కార ప్రాప్త రచనలు: గురివింద, దొరసాని, ఎవరు మారాలి?, తల వాల్చిన పూలు, కొసమెరుపు, మబ్బుల్లో సూర్యచంద్రులు, నన్ను నేను బతికించుకున్నా, అర్జీ

నవలలు:

1. కల్పతరువు (2023) – మనతెలుగుకథలు.కామ్ ఉగాది పోటీ
2. పునఃజీవన యవనిక (2024) – ఉష-సుజనా ఫౌండేషన్ పోటీ

కల్పతరువు (నవల)

రచనలకు ప్రేరణ: సమాజం

కాలక్షేపం: చదవటం, రాయటం, వంట

కోరిక: తన రచనలు అందరూ చదవాలి.

ఫోన్ నెంబర్:7702265542

KASTURI VIJAYAM

📞 00-91 95150 54998
KASTURIVIJAYAM@GMAIL.COM

SUPPORTS

- **PUBLISH YOUR BOOK AS YOUR OWN PUBLISHER.**

- **PAPERBACK & E-BOOK SELF-PUBLISHING**

- **SUPPORT PRINT ON-DEMAND.**

- **YOUR PRINTED BOOKS AVAILABLE AROUND THE WORLD.**

- **EASY TO MANAGE YOUR BOOK'S LOGISTICS AND TRACK YOUR REPORTING.**

www.ingramcontent.com/pod-product-compliance
Lightning Source LLC
LaVergne TN
LVHW032013070526
838202LV00059B/6441
* 9 7 8 8 1 9 7 4 4 7 5 7 0 *